உடல் – மனம் – புத்தி

டாக்டர் **சோம. வள்ளியப்பன்**

பங்குச்சந்தை வர்த்தகம், உணர்வு மேலாண்மை, சுயமுன்னேற்றம், நிர்வாகவியல், மனித வள மேம்பாடு உள்ளிட்ட துறைகளில் பல புகழ்பெற்ற நூல்களை எழுதியவர். துறை சார்ந்த செழிப்பான அனுபவமும் நிபுணத்துவமும் கொண்டிருக்கும் இவர் தொலைக் காட்சி மற்றும் பத்திரிகைத்துறை ஊடகங்களில் தொடர்ந்து இயங்கி வருகிறார்.

பங்குச்சந்தை பற்றிய இவருடைய அள்ள அள்ளப் பணம் நூல்கள் (வரிசை 1-5), வெளிவந்த காலம் தொட்டு இன்றுவரை தொடர்ந்து விற்பனையில் சாதனை படைத்துவருகின்றன.

உடல்
மனம்
புத்தி

சோம. வள்ளியப்பன்

உடல் – மனம் – புத்தி

Udal - Manam - Budhdhi

Soma. Valliappan ©

First Edition: December 2019
128 Pages

ISBN: 978-93-5135-032-3
Kizhakku 1182

Kizhakku Pathippagam

177/103, First Floor, Ambal's Building, Lloyds Road,
Royapettah, Chennai - 600 014. Ph: +91-44-4200-9603
Email : support@nhm.in   Website : www.nhm.in

kizhakkupathippagam   kizhakku_nhm

Author's Email: writersomavalliappan@gmail.com
              baluvalliappan5@gmail.com

Author's Website : www.writersomavalliappan.in

Kizhakku Pathippagam is an imprint of New Horizon Media Private Limited

பொருளடக்கம்

1

மூன்று யந்திரங்கள்: உடல் மனம் புத்தி

மேதைகளைப் பற்றி இப்படியெல்லாம் சொல்வதுண்டு: ஒரு சிலர் ஒழுங்காக தலை சீவ மாட்டார்கள். சமயங்களில் ஒரு காலில் ஒரு செருப்பும் மறுகாலில் வேறு ஜோடியின் ஒரு செருப்பும் அணிந்து வருவார்கள்.

சிலர், சமயத்தில், சட்டையில் இருக்கும் பொத்தான்களை மாற்றிப் போட்டுக் கொண்டு வருவார்கள். முன்பக்கச் சட்டை மேல்நோக்கி இழுத்துக்கொண்டு நிற்கும். காரணம், இரண்டாவது பொத்தலில் மூன்றாவது பொத்தானை மாட்டியிருப்பார்கள். வேட்டியோ கால்சட்டையோ போட மறந்து அப்படியே துண்டுடன் வீட்டை விட்டுக் கிளம்பி வெளியே போகிறவர்களும் உண்டு.

இவர்கள் எல்லாம் ஞாபக மறதிப் பேராசிரியர்கள் என்று சொல்வது சுலபம். ஆனால், அதற்கு மேலும் அதில் விஷயம் உண்டு என்றால் நம்புவீர்களா?

சட்டை பொத்தானை எப்படிப் போடவேண்டும் என்று அவர்களுக்குத் தெரியாதா என்ன? காலில் போடும் செருப்பை மாற்றிப்போடும் அளவு முட்டாள்களா அவர்கள்?

நிச்சயமாக இல்லை. வேறு பல விஷயங்களில் அதே மனிதர்கள் அறிவுஜீவிகளாக (ஜீனியஸ்) இருப்பதையும் நாம் பார்கிறோம்.

பின்பு ஏன் இப்படி?

இந்தக் கேள்விக்கு பதில் சொல்லும் முன்பு இன்னும் இரண்டு விஷயங்களைப் பார்த்துவிடுவோம்.

●

உங்களிடம் சக்தி மிக்க மூன்று யந்திரங்கள் உண்டு என்று சொன்னால் என்ன நினைப்பீர்கள்... நம்புவீர்களா? அதுவும் சாதாரணமான யந்திரங்கள் அல்ல. மிக சக்தி வாய்ந்த யந்திரங்கள்.

உங்களிடம் மட்டுமல்ல. எல்லோரிடமும் அவை உண்டு. அந்த யந்திரங்கள் இல்லாதவர்கள் கிடையாது.

'இது ஏதடா வம்பாகப் போயிற்று! என்னிடமா... யந்திரமா? அதுவும் மூன்றா!' என்று வியப்பாக இருக்குமே.

அந்த வேறுபட்ட, திறன் கொண்ட முதல் யந்திரம், நம்முடைய உடல்.

இரண்டாவது யந்திரம், மனது.

மூன்றாவது, புத்தி.

இவை இல்லாதவர் உண்டா?

இவற்றில் சிலவற்றைப் பயன்படுத்தாதவர் வேண்டுமானால் இருக்கலாம். ஆனால், இவை இல்லாதவர் கிடையாது அல்லவா?

●

இப்போது நான் உங்களுக்கு ஐந்து நபர்களை அறிமுகப்படுத்தப் போகிறேன்.

முதல் நபர், ராமநாதன். அவர் ஒரு குருக்கள். பிள்ளையார் கோயில் ஒன்றில் சாயரட்சை அபிஷேகம் செய்து கொண்டிருக்கிறார். மற்றொருவர் சம்பத். அவரது அணிக்காக மைதானம் ஒன்றில் கிரிக்கெட் போட்டியில் கலந்துகொண்டு, 'பேட்'டுடன் களம் இறங்கி விளையாடிக்கொண்டிருக் கிறார். மூன்றாமவர், ஐ.டி. நிறுவனம் ஒன்றில் புரோகிராம் கோட் (Code) எழுதிக்கொண்டிருக்கும் சுமதி என்ற யுவதி. நான்காமவர் ராஜேந்திரன் வங்கி காசாளர். ஐந்தாமவர், தொழிற்சாலை ஒன்றில் இரவு ஷிப்டில் வேலை செய்யும் வெல்டர் குமார்.

ஐவரும் வேறு வேறு நபர்கள், அவர்கள் செய்யும் வேலைகள், அபிஷேகம் செய்தல், விளையாடுதல், கம்பியூட்டர் புரோகிராம் எழுதுதல், ரொக்கப்பணம் கையாளுதல், வெல்டிங் செய்தல் என்று முற்றிலும் ஒன்றுக்கு ஒன்று தொடர்பில்லாத வேலைகள்.

இவற்றில் எது முக்கியமான வேலை? எந்த வேலை மிகச் சிறப்பாகச் செய்யப்படவேண்டும்?

அனைத்துமே முக்கியமான வேலைகள்தான். மோக்ஷ குண்டம் விஸ்வேஸ்வரய்யா சொன்னது போல, 'எது ஒன்று செய்யத் தகுந்ததோ, அது நன்றாகவே செய்யத் தகுந்தது'. பிலிப் ஸ்டான்ஹோப் சொன்னதும் அதையேதான். "Whatever is worth doing at all, is worth doing well'.

செய்ய தகுதி இல்லாதவற்றை எவரும் செய்யமாட்டோம். செய்வதற்கு தகுதியான செயல்களை, வேலைகளைத்தான் செய்கிறோம். பிறகு ஏன் அதை நன்றாக செய்யக்கூடாது? ஆக, செய்வது எதையும் நன்றாக மட்டுமே செய்யவேண்டும்.

●

சிரத்தையுடன் செய்யவேண்டியது கடவுளுக்குச் செய்யும் அபிஷேகம் மட்டுமல்ல. மேலே பார்த்த அந்த ஐவருமே அவரவர் செய்த வேலையை நன்றாக செய்யவேண்டும்; இந்த ஐந்து வகை மட்டுமல்ல. எந்தவகை வேலையாக இருந்தாலும் அது பரிமளிக்கச் செய்ய, அதைச் செய்யும் நபர் அவரது மிகச் சிறந்ததை, 'பெஸ்ட்'டை அந்த வேலையில் கொடுக்க வேண்டும். அதற்குத்தான் முயற்சிக்க வேண்டும்.

உதாரணத்துக்கு கிருஷ்ண கானம் 'ஆல்பம்'த்தின் பாடல்கள். புல்லாங்குழல் கொடுத்த மூங்கில்களே முதல் ஆயர்பாடி மாளிகையில் என்று அந்த பாடல்கள் அனைத்துமே, கண்ணதாசனும் எம்.எஸ்.விஸ்வநாதனும் தங்கள் உச்சங்களில் இருந்து கொடுத்தவை என்று சொல்லலாம் (அப்படி அவர்கள் உச்சமாகக் கொடுத்தவற்றின் எண்ணிக்கையைத்தான் சொல்லிவிடமுடியுமா என்பது வேறு விஷயம்). பல ஆண்டுகள் ஆகியும் இன்னமும் இனிமையாக இருப்பவை அவை.

உலகக் கோப்பை கிரிக்கெட் போட்டியில் ஜிம்பாவ்வே அணிக்கு எதிராக களமிறங்கி பேட் செய்து 175 நாட் அவுட் என்பதுடன் 17 ஓட்டங்களுக்கு 5 விக்கெட்டுகள் என்ற அதலபாதாள நிலையில் இருந்த தன் அணியை வெற்றிபெற வைத்த கபில் தேவ், அன்று கொடுத்தது அவரது 'பெஸ்ட்'டை..

இப்படியாக எவருமே தங்களால் முடிந்த மிகச் சிறந்த தரமான படைப்பை, பணியைச் செய்யமுடியும். ஆனால் எல்லா நேரமும் அப்படி அமைந்துவிடுவதில்லை. பல சமயங்களில் வேலை ஏனோ தானோ என்று அமைந்துவிடுகிறது.

ஒருவரால் அவரால் இயன்ற மிகச் சிறந்ததை, 'பெஸ்ட்' டை எப்போது கொடுக்க முடியும்? அதற்கு அவர் என்ன செய்யவேண்டும்?

இந்தக் கேள்விகளுக்கான பதில் கட்டுரையின் தொடக்கப் பகுதியில் கொடுக்கப்பட்டிருக்கும் மூன்று யந்திரங்களான உடல், மனம், புத்தி தொடர்பானது.

இவை மூன்றும் இணைந்து செயல்படும்போது, ஒரே நேர்கோட்டில் நிற்கும்போது, அங்கே ஒருவரின் சிறப்பு வெளிப்படுகிறது, உச்சம் சாத்தியமாகிறது.

'மூன்றும் இணைந்து செயல்படும்போது' என்று குறிப்பிடப் பட்டிருப்பதைக் கவனித்திருக்கலாம். ஒருவர் செயல்படும் போது மூன்றும் இணையாமலா வேலை நடக்கும் என்ற கேள்வி வரலாம்.

முன்பு பார்த்த சில அறிவுஜீவிகள் சட்டை அணியும்போது அவர்களது கை மட்டுமே அந்த வேலையைச் செய்கிறது. மனது அதில் நாட்டம் காட்டவில்லை. காரணம், புத்தி வேறு ஒன்றைத் தீவிரமாக யோசித்துக்கொண்டிருக்கிறது. விளைவு? மாற்றிப் போடப்பட்ட அல்லது உள் வெளியாக மாற்றிப் போடப்படும் சட்டைகள்.

பள்ளிக்கூடம் போகும் மாணவன் மாலை நேரம் பெற்றோரின் கட்டாயத்தில் படிக்க அமர்கிறான். அவன் கையில் புத்தகம். கண்கள், பிரித்திருக்கும் பக்கத்தில். ஆனால் மனது? வெளியில், மற்ற சிறுவர்கள் விளையாடிக்கொண்டிருக்கும் விளையாட்டின் மீது. அந்த நேரம் அவன் புத்தி நிச்சயமாக பாடத்தின் மீது இல்லை.

இப்படியாக அவன் எவ்வளவு நேரம்தான் அங்கே தனியாக அமர்ந்திருந்தாலும், புத்தகத்தைப் பார்த்தாலும், படித்தாலும், மனமும் புத்தியும் அதில் லயிக்காமல் அவன் படிப்பு சாத்தியமா? அதில் அவனுக்கு அவனுடைய 'பெஸ்ட்' கிட்டுமா?

அர்ச்சகர் கருவறைக்குள். அவரது கைகள் (உடல்) செய்வது அபிஷேகம். மனதும் அதன் மூலமும் புத்தியும் அந்தப் பணியின் மீதே இருக்க வேண்டுமா இல்லையா?

சிவபூசை செய்துகொண்டிருக்கும் பெண்மணி பாதியில் அடுப்படியில் ஏதோ கருகிற வாசம் வருகிறது என்றால், கார் அல்லது இருசக்கர வாகனம் ஓட்டுகையில் வரும் மொபைல் போன் அழைப்பை எடுத்துப் பேசினால், தொலைக்காட்சி பார்த்துக்கொண்டே சாப்பிடுகையில் கை தட்டுக்குப் போகாமல் பக்கத்தில் மேசையைத் துழாவினால், உடல் செய்வதுடன் மனம் இணைந்திருப்பதாக சொல்லமுடியுமா?

எழுத்தாளர், ரேடியோ ஜாக்கி, விமான பைலட், கார் ஓட்டுனர், சமையல்காரர், வெல்டர், போலீஸ்காரர், ஆசிரியை என்று அது யாராகவும் எந்த வேலை செய்பவராகவும் இருக்கட்டும். செய்யும் வேலையில் உடலை மட்டும் பயன்படுத்தாமல், உடன் மனதையும் அதில் செலுத்தி, வேறு எதைப்பற்றியும் யோசிக்காமல் வேலை செய்யவேண்டும்;, புத்தியும் அதில் ஈடுபட்டால், இன்னும் சிறப்பாக எப்படிச் செய்யலாம், என்னவெல்லாம் செய்யலாம் என்று எண்ணும், உதவும், உடல் நடைமுறைப்படுத்தும். அங்கே மேம்பாடு சாத்தியப்படும், உன்னதம் வெளிப்படும்.

எழுத்தாளர் ஒருவரிடம் கேட்டார்கள், நீங்கள் இந்த வாரப் பத்திரிகையில் எழுதிக்கொண்டிருப்பது பின்னர் புத்தகமாக வருமா? அதற்கு அவர் சொன்ன பதில், 'புத்தகமாக வரத் தகுதி இல்லாத எதையும் நான் எழுதுவதில்லை'.

செய்யத்தகுந்தவை எல்லாமே நன்றாகவே செய்யத் தகுந்தவை. அப்படி நன்றாக செய்ய, உடல் மனம் மற்றும் புத்தி ஆகிய மூன்றையும் நேர்கோட்டில், செய்யும் பணி மீது மட்டும் வைக்கவேண்டும்.

புத்தி தருவது செய்வதற்கான யோசனைகளை. மனம் தருவது செய்வதற்கான ஊக்கத்தை. உடல் தருவது செய்யும் திறனை. மூன்றும் கூட வேண்டும். உடல் எப்படியும் செய்யத்தான் வேண்டும். மற்ற இரண்டும் சேரவேண்டுமானால், அது மனதின் கையில் தான் இருக்கிறது. மனம் லயிப்பதில்தான் புத்தி போகும். அதனால் விஷயம் மனதில், மனப்போக்கில் இருக்கிறது.

உடல் என்பது 'நட்' போல. உடலும் புத்தியும் 'போல்ட்'டுகள் போல.

வெறும் போட்டுகளால் பலன் இல்லை. அவற்றில் மனம் என்ற 'நட்' டைச் திருகிச் சேர்த்தால்தான், மூன்றும் இணைந்து, தேவையை நிறைவேற்றும்.

பாராமரிப்பு வேலைகளுக்கு வேண்டுமானால், உடல் மட்டும் போதும். மேம்பாட்டுக்கும், உன்னதத்துக்கும் மனம், அதன் காரணமாக புத்தி மற்றும் செயல்படும் உடல் ஆகிய மூன்றும் நேர்கோட்டில் இணைவது அவசியம்.

2

வெற்றி ரகசியம் =
ஒரே விஷயம் + அதிக நேரம்

செய்தித்தாள்களில் வரும் விளம்பரங்களைப் பார்த்திருப்போம். கட்டம் கட்டிப் பிரசுரிக்கப்படும் நூற்றுக்கணக்கான விளம்பரங்களில் ஒரு சில உடனே கண்ணில் படும். என்ன என்று பார்ப்போம், படிப்போம். அதே சமயம், ஒரு குறிப்பிட்ட விளம்பரத்தை பார்த்தே ஆகவேண்டும் என்ற நோக்கில் தேடுவோம். ஆனால், செய்தித்தாள் முழுவதையும் ஆரம்பத்தில் இருந்து கடைசி வரை இப்படியும் அப்படியுமாக பலமுறை புரட்டினாலும் அது மட்டும் கண்ணில்படாது.

எளிதாகக் கண்ணில் படும் விளம்பரங்களுக்கும், என்ன தேடியும் ஆட்டம் காட்டும் விளம்பரங்களுக்கும் இடையே ஏதாவது வேறுபாடு இருக்குமோ?

நிச்சயமாக. எழுத்துகள் போக, அதைச் சுற்றி இருக்கும் வெற்றிடங்கள் அதிகமிருக்கும் விளம்பரங்கள் உடனே கண்ணில் படும் என்கின்றன ஆராய்ச்சிகள்.

விளம்பரம் கொடுப்பவர், அவர் கொடுக்கிற காசுக்கு, கிடைக்கிற இடம் முழுக்க எழுத்துகளால் நிரப்பலாம். ஆனால், அப்படி எழுத்துகளால் நிரப்பப்பட்ட விளம்பரங்கள், செய்தித்தாளை புரட்டுகிற ஒருவர் கண்ணில் உடனடியாகப் படாது. காரணம், அதே போன்று இருக்கிற பல்வேறு விளம்பர செய்திகளுடன் கலந்து, கும்பலில் ஒன்றாய் மறைந்து கிடக்கும்.

வெற்றிடம் அதிகமாவும் கருப்பில் இருக்கும் எழுத்துகள் அல்லது படங்கள் குறைவாகவும் இருக்குமாறு வடிவமைக்கப்பட்ட விளம்பரங்கள் கூட்டத்தில் தனித்துத் தெரியும்.

செய்தி, 'அதிக வெற்றிடம் விட்டு, குறைவான எழுத்துகள்' இருந்தால் அது சுலபமாக கவனிக்கப்படும். இதற்கு இன்னொரு எளிமையான எடுத்துக்காட்டும் சொல்லலாம்.

ஒரு பெரிய ஹால். அந்த ஹாலில் ஒரு கட்டில். கட்டில் மீது பல்வேறு பொருட்கள். கட்டிலுக்கு அடுத்த படியாக ஒரு மேசை. மேசை மீது நிறைய புத்தகங்கள், பொருட்கள், கம்பியூட்டர், பிரிண்டர். அடுத்து, சுவர் ஓரம் அடுக்கிவைக்கப்பட்டிருக்கும் மெத்தை தலையணைகள், ஒரு தையல் மிஷின், ஸ்டூல் மேல் பழைய பேப்பர் கட்டு. இப்படியாக அறை முழுக்க, நடக்க மட்டும் சிறிது இடம் விட்டுவிட்டு எல்லா இடத்திலும் பொருட்கள். இவற்றுக்கு இடையே ஒரு மர நாற்காலி இருக்கிறது.

ஒருவர் அந்த அறைக்குள் நுழைகிறார். அவர் கண்ணில் அந்த மர நாற்காலி படுவதற்கான வாய்ப்பு குறைவு.

மற்றொரு, அதே அளவு பெரிய ஹால். ஹாலின் மத்தியில் ஒரே ஒரு மர நாற்காலி மட்டும். மற்றபடி அந்த ஹால் முழ்வதும் காலியாக இருக்கிறது. அந்த ஹாலுக்குள் வருபவரின் கண்ணில் அந்த நாற்காலி படுவதற்கான வாய்ப்பு நிச்சயமாக மிக அதிகம். உள்ளே வருபவரால் அதைப் பார்க்காமல் தவறவிடவே முடியாது.

செய்தி இதுதான். பல என்பதைக் காட்டிலும் சில அல்லது ஒன்றே ஒன்று எனும்போது அதைக் கவனிக்காமல் விடமுடியாது.

●

ஒரு பயிற்சி வகுப்பு ஆரம்பிக்க இருக்கிறது. பயிற்றுனர் அவரது 'பிரசென்டேஷனை' திரையில் ஒளிரச் செய்வதற்காக, கம்ப்யூட்டரில் 'பென் டிரைவ்' வைப் பொருத்துகிறார். ஆனால் அவரது பிரசன்டேஷன் திறக்கவில்லை. அதைத் திறக்க கம்ப்யூட்டர் கூடுதல் நேரம் எடுத்துக்கொள்கிறது.

இவற்றைப் பார்த்துக்கொண்டிருந்த ஏற்பாட்டாளர்களில் ஒருவர் உதவிக்கு வந்து, அந்த நேரம், திறந்திருந்த, கம்ப்யூட்டரில் நிறுத்தப் படாமல் ஓடிக்கொண்டிருந்த 'எக்ஸ்செல்', 'வேர்ட்', 'இண்டர்நெட்', 'பி.டி.எப்.' போன்ற வேறு சில 'புரோகிராம்'களை வரிசையாக நிறுத்தி, மூடுகிறார்.

அந்த நேரம் பயிற்சியாளருக்குத் தேவையான,பி.பி.டி. (Power Point Presentation) யை மட்டும் ஓடவிடுகிறார். இப்போது கம்பியூட்டர் வேகமாக வேலை செய்கிறது.

ஒரு நேரம் ஒன்று மட்டுமே என்றால் வேகம் கிடைக்கும். ஆம், அது கம்ப்யூட்டராகவே இருந்தாலும் அதனால் ஒரே நேரம் பல வேலைகள் செய்ய முடிந்தாலும், ஒரே நேரம் பலவற்றைச் செய்தால் அதன் வேகம் குறைகிறது.

மனித மூளையும் ஒரு கம்ப்யூட்டர் போன்ற ஒரு யந்திரம்தான். அதன் வேகத்தையும் செயல்பாட்டுத் துல்லியத்தையும் உறுதி செய்ய, 'ஒரு நேரம் ஒரு சிந்தனை' என்ற அணுகுமுறை பெரும் உதவி.

ஒரே நேரம் மனதில் பல்வேறு எண்ணங்கள் ஓடும்போது, மூளையின் சக்தி பகிர்ந்தளிக்கப்பட்டு, தேவைப்படும், முக்கிய சிந்தனையின் மீது போகிற கவனமும் அதனால் சிந்தனையின் வேகமும் குறைந்து போகிறது.

●

கிரிக்கெட் விளையாட்டில், 'பேட்'டை எடுத்துக்கொண்டு, வீசப்படும் பந்தை அடித்து ஓட்டங்கள் எடுக்கக் களமிறங்கும் 'பேட்ஸ்மேன்' கள் ஆரம்ப நிலை என்ன தெரியுமா? மணிக்கு 110 கி.மி.க்கும் அதிகமான வேகத்தில் வீசப்படும் பந்து, எப்படி எந்த திசையில் வருகிறது என்பதை கவனிக்கும் அளவு அவர்களுக்கு சரியாகத் தெரியாது.

தொடர்ந்து நின்று ஆட, பந்து நன்றாகத் தெரிய ஆரம்பிக்கும். அரை நாளுக்கு மேல் களத்தில் நின்று தொடர்ந்து வீசப்படும் பந்துவீச்சுகளைச் சந்திக்கும் 'பேட்ஸ்மேன்'களுக்கு அதன்பின் பந்து மிகத் தெளிவாகத் தெரியும். அதை கொஞ்சம் மிகையாக, சாத்துக்குடி அளவே இருக்கும் பந்து, ஒரு 'புட் பால்' தெரிவது போல துல்லியமாகத் தெரியும் என்று சொல்வார்கள்.

தொடர்ந்து அதையே கவனித்ததால் கிடைக்கும் பலன். ஆல்பர்ட் ஐன்ஸ்டைன் கூறிய, 'எடுத்துக்கொண்ட விஷயம் குறித்து நான் அதிகம் சிந்திக்கிறேன்' என்ற கூற்றை இங்கே நினைவுபடுத்திக் கொள்ளலாம்.

எடுத்துக்கொண்ட விஷயம் குறித்து அதிகம் நேரம் சிந்தித்தால் கிடைக்கும் பலனின் அளவும் தரமும் ஏராளம்.

சிந்தனையாளர்களின் வெற்றி இரகசியம், 'ஒரே விஷயம் + அதிக நேரம்' என்பதுதான்.

3

கவனிப்பதும் கவனிக்காததும்

தொலைக்காட்சி பார்த்துக்கொண்டிருந்தேன். அது ஒரு நகைச்சுவை நிகழ்ச்சி.

ஒரு குறிப்பிட்ட காட்சியைப் பற்றிச் சொல்லிவிட்டு, அந்த மிமிக்ரி செய்த நபர், சில பிரபலங்கள் எப்படி நடந்துகொள்ளுவார்கள் என்று, வரிசையாகச் செய்துகாட்டினார்.

முதலில் கிரிக்கெட் வீரர் டெண்டுல்கர் போல பேசினார். 'அட!' என்று ஆச்சரியமாக இருந்தது. டெண்டுல்கரைப் போலவே பேசியதற்கான வியப்புமட்டுமல்ல அது. டெண்டுல்கரின் குரல் இப்படியிருக்கிறதே என்பதற்கான ஆச்சரியமும் கூட.

ஆமாம். எத்தனையோ முறை, பந்தயங்களின் முடிவில், டெண்டுல்கர் பேட்டியளிக்கும்போது கேட்ட குரல்தான். ஆனால் அப்போதெல்லாம் கிடைக்காத, நான் கவனித்திராத ஒரு தகவல் 'மிமிக்கிரி'யைக் கேட்ட போது கிடைத்தது. என் மனதில் பட்ட அந்த தகவல், 'டெண்டுல்கரின் குரல், கிறீச்சிடுவது போல மெல்லியதாக இருக்கிறது' என்பதுதான்.

உடனே அடுத்த ஆச்சரியமும் ஏற்பட்டது.

அந்த மிமிக்ரி நபர், அடுத்து, நகைச்சுவை நடிகர் கவுண்டமணியைப் போல நடித்துக் காட்டினார். ஆம். இந்த முறை குரல் மட்டுமில்லை. நடித்தும் காட்டியதன் மூலம், மனிதர் அப்படியே அச்சு அசலாக, கவுண்டமணியைப், பார்த்தவர்கள் கண் முன் கொண்டுவந்து நிறுத்திவிட்டார்.

கவுண்டமணியை அப்படியே கண்முன் கொண்டுவந்து நிறுத்துவதற்கு அவர் அப்படி என்ன தான் செய்தார்?

பேசும்போது, முன்னும் பின்னும் பரபரப்பாக நகர்ந்தது ஒன்று. அடுத்து, பேசும் போதே இன்னொன்றும் செய்தார். தனது இரண்டு கைகளையும் ஒருசேர, முன்னும் பின்னும் வீசினார். அவை மட்டுமல்ல. மூன்றாவதாகவும் ஒன்று செய்தார். அது, பேசும் சமயத்தில் இரண்டு கால்களையும் ஒன்றன்பின் ஒன்றாக பின்னால் தூக்குவது (அடேயப்பா! பேசும் போது, கவுண்டமணிதான் எவ்வளவு 'வேலைகள்' செய்கிறார்!)

இப்படியெல்லாம் அந்த நபர் செய்ததால் (தான்), அப்படியே கவுண்டமணி அவர்களைப் பார்ப்பதுப் போலவே இருந்தது. கூடவே அந்தச் செயல், வேடிக்கையாகவும் இருந்தது. சிரிக்க வைத்தது.

மனது மீண்டும் யோசிக்க ஆரம்பித்தது. 'அட! இது மிகச் சரியான 'நடித்துக் காட்டுதல்' தான். இவற்றை கவுண்டமணி எத்தனையோ திரைப்படங்களில் செய்திருக்கிறார். பார்த்திருக்கிறேன். ஆனால் அப்போதெல்லாம் கவனத்துக்கு வராத, அவருடைய குறிப்பிட்ட உடல் அசைவுகள், இப்போது மட்டும் வேடிக்கையாகத் தெரிவதெப்படி!

டெண்டுல்கரின் குரலைக் கேட்டிருக்கிறோம். ஆனால் அந்தக் குரல் அப்படிப்பட்டது என்பது மனதில் பதிவாகவில்லை. அதைப் பற்றிய பார்வையோ விமரிசனமோ அந்த நேரங்களில் எழவில்லை. அது தனியாகத் தெரியவும் இல்லை. அதே நிலைதான், கவுண்டமணியின் சேட்டைகளைப் திரைப்படங்களில் பார்த்தபோதும், அது அப்படிப் பட்டது என்பது தனித்துத் தெரியவில்லை.

இப்போது அவற்றை மட்டும், தனியாக ஒருவர் செய்துகாட்டுகிற போது, அவை 'பளிச்'செனத் தெரிகிறது. ஒப்புக்கொள்ளவைக்கிறது. ஆச்சரியமளிக்கிறது.

எப்போதும் இருப்பதுதான். ஆனால் ஏன் முன்பு தெரியாமல் போனது? அல்லது அப்போதும் தெரிந்திருக்கிறது. ஆனால் அதை நான் கவனிக்கவில்லை.

சரி. ஏன் கவனிக்க முடியாமல் போனது?

காரணம் கூடவே வேறு சிலவும் இருந்தன. ஆமாம் விஷயம் அதுதான். அந்தக் குரலுடன் வேறு பலவும் இருந்தன.

வேறு பல என்றால்?

சிறந்த கிரிக்கெட் வீரரான டெண்டுல்கரைக் காணும் போதெல்லாம், அவரை பற்றி மனதில் வருகிற மகிழ்ச்சி, அவருடைய திறன் பற்றிய

பிரமிப்பு, அவருடைய சாதனைகள் பற்றிய ஆச்சரியம், அந்தப் பந்தயத்திலோ வேறு சமயத்திலோ அவர் பற்றி வரும் செய்தியின் தாக்கம் என்று இப்படி பலவும் ஒன்று சேர்ந்துதான் தெரிகின்றன.

அவர் பேசுகிறபோதெல்லாம், இவையனைத்தும் கூடவே இருக்கின்றன. சேர்ந்தே தெரிகின்றன. இவையெல்லாம் போடும் 'சத்தம்' அதிகமிருப்பதால், அவர் குரல் பற்றிய தனிக் கவனம் நம்மிடம் வருவதில்லை. அது அழுங்கிவிடுகிறது.

கவுண்டமணியின் வேடிக்கையான உடல் அசைவுகள் மட்டுமல்ல. நமக்கு பிடித்த, அல்லது பிடிக்காத ஒருவர் செய்யும் உடல் அசைவு களையும் நம்மால் கவனிக்க முடியாமல் போகும். காரணம் நம் கவனம், அதே சமயம் கிடைக்கும் மற்றவற்றால் எடுத்துக் கொள்ளப்படுகிறது.

குறிப்பிட்ட நபர்களைப் பார்க்கும் போதெல்லாம், நாம் சில 'திரை'கள் வழியாகத்தான் பார்க்கிறோம்.

மிக்கிரி செய்பவர்கள், இமிடேட் செய்பவர்கள் எல்லாம், அந்தத் திரைகளை விலக்கிவிட்டு, அந்த நபர்களிடம் அழுத்தமாக இருக்கும் ஒன்றை, அது குரலோ, உடல் அசைவோ, அல்லது இரண்டையுமோ சேர்த்து நமக்கு செய்துகாட்டுகிறபோது, அந்த விஷயங்கள் நமக்கு சட்டென்று புரிகின்றன (கார்ட்டூன் வரைபவர்கள் எப்படி மூக்கையோ காதையோ தாடையையோ சற்று மிகைப்படுத்திக் காட்டி, எவரையும் மிகச் சரியாக நினைவுபடுத்துகிறார்களோ, அப்படி)

ஆக, நாம் உணரும் பலவும், எதன் தனிப்பட்ட குணாதிசயமும் இல்லை. அதனுடன் பலவும் கலந்திருந்தாலும் நான் ஏதோ ஒன்றைக் கவனிக்கிறோம். அல்லது கவனிக்கத் தவறிவிடுகிறோம்.

அவை பலவற்றுடன் சேர்ந்துவரும்போது நமக்குப் பிடிக்கிறது. அல்லது பிடிக்காமல் போகிறது. அவற்றைத் தனிப்பட சுவைத்துப் பார்க்கையில், நமக்கு அதன் குணம் பற்றிய ஆச்சரியம் கிடைக்கலாம். கிரிக்கெட் வீரர் குரல்போல, நகைச்சுவை நடிகர் உடல் அசைவுகள் போல.

பலரோடு பழுகுகிறோம். பலருடன் வேலை செய்கிறோம். அவர்களைப்பற்றி அபிப்பிராயங்கள் வைத்திருக்கிறோம். அந்த அபிப்பிராயங்கள் காரணமாக சிலரைப் பிடிக்கிறது. சிலரைப் பிடிக்க வில்லை. சிலருடன் வருத்தம். வேறு சிலருடன் கொண்டாட்டம்.

இப்படி நம் அணுகுமுறைகளைத் தீர்மானிக்கும் அந்த அபிப்பிராயங்கள் நம்மிடம் எப்படி வந்தன?

அந்த அபிப்பிராயங்களுக்கான இடுபொருள்கள் (Inputs) எவை?

அவர்களுடைய பேச்சுகள், நடவடிக்கைகள். இவை மட்டுமல்ல. அவர்களுக்கும் நமக்கும் இருக்கும் உறவு முறை. அவர் நமக்கு தொழில், உறவு முறைப்படி, வேண்டியவரா வேண்டாதவரா? போட்டியாளரா? கடன் தரவேண்டியவரா? சிரமப்படுத்துபவரா அல்லது மகிழ்ச்சி அளிப்பவரா?

இப்படிப்பட்டவை தவிர, நாம் உணராமல் உணரும் அவர்களுடைய உடைகள், பாவனைகள் போன்ற இன்னும் பலவும் இருக்கின்றன. தாக்கம் ஏற்படுத்துகின்றன.

ஆக, எல்லாம் சேர்ந்துதான், கலவையாக நம்மிடம் ஒருவரைப் பற்றிய அபிப்பிராயங்களையும், அதன் மூலமாக குறிப்பிட்ட வகை உணர்வுகளையும் உண்டாக்குகின்றன.

அப்படி ஏற்படும் உணர்வுகள் அடிப்படையில், நம் செயல்பாடுகள் அமைகின்றன.

எப்படி ஒரு கிரிக்கெட் வீரரின் திறமை காரணமாக அவருடைய குரல் பற்றிய உணர்தல் நம்மிடம் இல்லாமல் போய்விட்டதோ. அதே போல, பலரிடமும் இருக்கும் இன்னும் சில குணங்களும் நமக்குத் தெரியாமல் இருக்கலாம். மிகுதியாக இருக்கும் ஏதேனும் ஒரு அம்சத்தால் அவை மறைக்கப்பட்டுவிட்டிருக்கலாம்.

குறைகள், விநோதங்கள் (நகைச்சுவை நடிகரின் உடல் அசைவுகள்) மட்டுமா தெரியாமல் போகும்? பலரிடமும் இருக்கும் நல்ல போற்றத்தக்க, விரும்பத்தகு குணங்களையும் கூட நாம் கவனிக்காமல், உணராமல் இருப்பதற்கு முகாந்திரங்கள் இருக்கின்றன.

இதனை 'ஹாலோ தாக்கம்' (Hallow effect) என்கிறார்கள். ஏதோ ஒன்றின் அதீதத் தாக்கம் காரணமாக, மற்றவற்றைப் பொருட் படுத்தாமல், அவற்றுக்கு முக்கியத்துவம் தராமல் விடுவது.

இனி, நம்முடன் இருப்பவர்களை, பழகுபவர்களை கொஞ்சம் கூடுதலாக, புதியதாக கவனிப்பதுபோலக் கவனித்துப் பார்த்தால் தெரியவரும், அவர்களிடம் இருக்கும் மற்ற சில, நாம் இதுவரை கவனிக்க விட்டுவிட்ட குணங்கள், பலங்கள், ஏன் பலவீனங்களும் கூட.

என்ன சரிதானே!

4

மன அழுத்தம் தவிர்ப்பது

மன அழுத்தம் இல்லாதவர்கள் குறைவு. சில ஆண்டுகளாகவே பள்ளிப் பிள்ளைகள்கூட மன அழுத்தத்துடன் வலம் வருகிறார்கள்.

இருதயக் கோளாறு, உயர் ரத்த அழுத்தம், சர்க்கரை நோய் போன்ற பல்வேறு உடல் உபாதைகளுக்கும் தொடர் சிக்கல்களுக்கும் காரணமாக அமையும் மன அழுத்தம் ஏன் வருகிறது? அதைத் தவிர்க்க முடியுமா? முடியும் என்றால் எப்படித் தவிர்ப்பது?

ரப்பர் பேண்ட் தெரியாமல் இருக்க முடியாது. ஒரு ரப்பர் பேண்டை சாதாரணமாக வைத்திருந்தால் அது தளர்வு நிலையில் இருக்கும். தரையில் வைத்து அல்லது உள்ளங்கையில் வைத்துப் பார்த்தால் சலனம் ஏதுமின்றி சாதாரணமாகத் தெரியும்.

அதே ரப்பர் பேண்டின் ஒரு முனையை சுவற்றில் இருக்கும் ஆணியில் மாட்டி முடிச்சுப் போட்டுவிட்டு, அதன் மற்றொரு முனையைப் பிடித்து எதிர்ப்புறமாக இழுத்தால் என்ன நடக்கும்?

ரப்பர் பேண்ட் நீளும், அதனால் மெலியும் மற்றும் விரைப்பாகிவிடும். தட்டினால், வீணைக் கம்பி போல 'கிண்' என்று லேசாக அதிரும். மேலும் இழுத்தால்? அதிக விரைப்பாகி, அதிர்வு குறைந்து போகும். இன்னும் இழுக்க, பட்டென்று அறுந்துபோகும்.

ரப்பர் பேண்டை நீட்டுவாக்கில் இழுக்க இழுக்க அதற்கு 'ஸ்டிரெஸ்' அதிகமாகிறது.

ஒரு பொருளால் மட்டுமல்ல. மனிதர்களாலும் எவ்வளவு முடியுமோ அவ்வளவு செய்யும் வரை சரி. அதற்கு மேலும் செய்யவேண்டி முயற்சித்தால் 'ஸ்ட்ரெஸ்' தான்.

எவராலும் ஒரு குறிப்பிட்ட அளவுக்குத்தான் செய்யமுடியும். ஒருவரால் செய்ய முடியும் அளவு என்பது அவரது செய்திறன். ஆங்கிலத்தில் 'கெப்பாசிட்டி'. அந்தச் செய்திறனை 'அ' என்று வைத்துக்கொள்வோம்.

அவர் ஏதோ ஒரு அளவில் செய்ய நினைக்கிறார். அல்லது அடைய நினைக்கிறார். அப்படி அவர் செய்து முடிக்க விரும்புவது அல்லது அடைய நினைப்பது அவரது 'டார்கெட்'. அதற்கு 'இ' என்று பெயர் கொடுப்போம்.

விரும்புவதை அடைய அவர் எடுக்கும் முயற்சிகளுக்கு 'ஆ' என்று பெயர் கொடுப்போம்.

அடையவேண்டிய/ சாதிக்க நினைக்கும் 'இ'யை அடைய, அவரது முயற்சி 'ஆ' போதுமானதாக இருக்க வேண்டும். போதுமானதாக அமைந்துவிட்டால் பிரச்னை இல்லை. 'பத்து வேண்டும். பத்து செய்தாகிவிட்டது' என்பது போல. அதாவது, ஆ = இ என்றால் பிரச்னை இல்லை.

ஆனால், எல்லோருக்கும் எல்லா சமயத்திலும் இப்படி அமையாது. அமையாவிட்டால் 'ஸ்டிரெஸ்' தான்.

அமையாமல் போவது மட்டுமல்ல. அமையாமல் போய்விடுமோ என்கிற சந்தேகமே, அச்சமே பலருக்கும் பெரிய 'ஸ்டிரெஸ்' ஆக ஆகிவிடும்.

உதாரணத்துக்கு, +2 பொதுத்தேர்வில் எடுக்கவேண்டிய மதிப்பெண்கள், மாத இறுதிக்குள் எட்டவேண்டிய விற்பனை இலக்கு, வியாபார அளவு, முடிக்கவேண்டிய வேலைகள், எவரிடமிருந்தோ பெறவேண்டிய சம்மதம், போகவேண்டிய தூரம், கொடுக்கவேண்டிய கடன்தொகை, அனுப்ப வேண்டிய பொருட்கள் என்று 'டார்கெட்' ஆன 'இ 'க்கள் நபருக்கு நபர் மாறுபடும்.

அவர்களும் என்ன என்னவோ முயற்சி (ஆ) செய்வார்கள். அதனால் ஆ = இ ஆகிவிட்டால் நல்லது. இல்லாவிட்டால்?

மன அழுத்தம்தான். 'ஸ்டிரெஸ்' தான்.

ஆக, நாம் விரும்பும்படி ஒன்று நடக்காவிட்டாலோ நடக்காது என்கிற சந்தேகமோ பயமோ எற்பட்டாலோ உருவாவதே மன அழுத்தம், 'ஸ்டிரெஸ்'.

இதை இப்படி புரிந்துகொள்ள, எதில் மாறுதல் செய்து மன அழுத்தம் குறைக்கலாம் என்பது தெரிந்துவிடும்.

'இது', 'இப்படித்தான்', 'இந்த நேரத்துக்குள்', 'இன்ன அளவில்', 'இன்ன விதத்தில்' என்று நாம் நம் மனதுக்குள் ஏற்படுத்திக்கொள்ளும் 'கட்டாய விருப்பங்களால்'தான் (இ) முதல் சிக்கல்.

ஆமாம். இது முதல் சிக்கல் மட்டுமே. இது தவிர மேலும் இரண்டு சிக்கல்கள் இருக்கின்றன. இரண்டாவது சிக்கல், தன்னால் முடியாத அளவு முயற்சி செய்வது (ஆ).

அவரது செய்திறன், அவருக்கு இருக்கும் வாய்ப்புகள், அவருக்கு இருக்கும் நேரம் ஆகியன எல்லாம் சேர்ந்தது அந்த வேலையைப் பொறுத்தவரை அவரது கெப்பாசிட்டி, 'அ'. அதுதான் அவரது ரப்பர் பேண்ட். அதை ஓரளவு இழுக்கலாம். பத்து முடிகிற இடத்தில் 11. அல்லது 12க்கு இழுக்கலாம்.

ஆனால், சிலர் பத்து என்கிற 'கெப்பாசிட்டி' யை வைத்துக்கொண்டு 18 க்கும் 20 க்கும் முயற்சிப்பார்கள். அதிக பிரயாணம், தூங்காமல் கண்விழித்தல், அலைச்சல் போன்ற உடல் தொடர்பான 'சக்திக்கு மீறிய இழுத்தல்' மட்டுமல்ல; சிந்தனை, பேச்சு, தனக்கு இருக்கும் தொடர்புகள், நேரம், வாய்ப்புகள் போன்றவற்றிலும் மிக அதிகம் 'இழுப்பார்கள்'. அளவுக்கு மீறிய கடன், அதிக எண்ணிக்கையில் ஊழியர்கள் நியமனம், சக்திக்கு மீறிய வியாபார டெண்டர்கள், ஆர்டர்கள் எடுக்க முயல்வது, பெரிய பதவி, பெரும் ஊதியத்துடனான வேலை போன்றவை அதிகம் நீட்டிக்கப்படும் 'அ' க்கு சில எடுத்துக்காட்டுகள். இவற்றாலும் 'ஸ்டிரெஸ்' வரும்.

ஆசைப்பட்டதை அடைய முயற்சி. அதன்பின் வருவது, கிடைப்பது 'ரிசல்ட்'. அந்த விளைவு எதிர்பார்த்த அளவு இருக்கலாம். இல்லாமலும் போகலாம்.

மூன்றாவது சிக்கல், வரும் முடிவை/ விளைவை -'இ'யை- மனது ஏற்றுக்கொள்ளாமல் போவதால் உருவாவது.

அதீத ஆசை, சக்திக்கு மீறிய முயற்சிகள் மட்டுமல்ல. நியாயமான ஆசை, சக்திக்கு உட்பட்ட முயற்சிகளுக்கும் கூட உரிய விளைவு கிடைக்காமல் போகலாம். அதற்கு பல்வேறு காரணங்கள் இருக்கலாம். 'அவன்பார்த்துக்கொள்வான்', 'இப்படியும் நேரும்தான்'. 'நம் வரை சரியாகவே முயற்சித்தோம்' என்பதுபோல சமாதனம் செய்து கொண்டு, வந்த முடிவை மனது ஏற்றுக்கொண்டு அடுத்த வேலை, அடுத்த முயற்சிக்கு நகர்ந்துவிட்டால் மன அழுத்தம் கிடையாது.

மாறாக, கிடைக்காததை, தவறவிட்டதை, கைவிட்டுப் போனதை நினைத்து நினைத்து தவித்தால், மருகினால் மன அழுத்தம் நிச்சயம் கூடிவிடும். முயற்சிகள் தொடரலாம். விட்டுபோனது குறித்த கவலை அல்ல.

விருப்பங்களைச் சரியாக வைத்துக்கொள்வது, முயற்சிகளைப் பொருத்தமான அளவில் செய்வது மற்றும் வரும் முடிவை, ஏற்படும் விளைவை மன சம்மதத்துடன் ஏற்றுக்கொள்வது என்ற மூன்றும் முக்கியம்.

ஆக, 'விருப்பம்' என்ற அ, 'சக்திக்கு மீறிய முயற்சிகள்' என்ற ஆ மற்றும் 'முடிவை ஏற்கும் விதம்' என்ற இ ஆகிய மூன்று பொத்தான்களில் எதைத் தொட்டும், எதில் மாற்றங்கள் செய்தும் 'ஸ்டிரெஸ்' ஸைத் தவிர்க்க முடியும்.

5

புதிய உலகம், புதிய திறன்கள்

சில ஆண்டுகளுக்கு முன்பு கோவில்பட்டிக்கு ஒரு அமைப்பின் சார்பாக நடந்த கூட்டத்தில் பேசுவதற்காகப் போயிருந்தேன். மாலையில்தான் கூட்டம் என்பதால், காலை நேரம் தீப்பெட்டி தயாரிப்புக்கூடங்களுக்கு அழைத்துச் சென்றார்கள்.

முதலில் சென்றது பல ஆண்டுகளாகத் தீப்பெட்டித் தயாரிப்பை கைத்தொழிலாகச் செய்பவர் வீடு ஒன்றுக்கு. உயரம் குறைவான அந்த வீட்டுக்குள் சுமார் பத்து பேர் வேலை செய்துகொண்டிருந்தார்கள். ஒருவர் தவிர மற்ற அனைவரும் பெண்கள், நடுத்தர வயதைத் தாண்டியவர்கள்.

நான் அதிக நேரம் நின்று கவனித்தது அந்த உற்பத்தி வரிசையின் இறுதிப்பகுதியைத்தான். குவியலாகக் கிடந்த மருந்துக் கொண்டை வைத்த தீக்குச்சிகளை எடுத்து, எண்ணி, காலி நீல நிற தாள் ஒட்டிய பெட்டிக்குள் வைத்து, அதை உறைபோன்றிருந்த பெட்டிக்குள் சொருகவேண்டும்.

'எடுத்தது கண்டனர், இற்றது கேட்டனர்' என்று ராமன் வில்லை எடுத்து நான் ஏற்றி ஒடித்த வேகத்தை கம்பன் பாடியதுதான் எனக்கு நினைவுக்கு வந்தது.

சாதாரணமாகக் காலை நீட்டிக்கொண்டு தரையில் அமர்ந்திருந்தவர்கள், அவர்களுக்குள் பேசிக்கொண்டே, சரியான எண்ணிக்கையிலான குச்சிகளை எடுத்து, தேவைப்படும் விதம் தலைப்பு மாற்றி,

பெட்டிக்குள் தள்ளி, பெட்டியை உறைக்குள் சொருகி, முழுத் தீப்பெட்டியாக அதிவேகத்தில் வேறு பக்கம் போட்டார்கள். என்ன ஒரு திறன்! எப்படிப்பட்ட பயிற்சி இருந்தால் அது சாத்தியம் என்று வியந்தேன்.

அடுத்து ஒரு நவீன தீப்பெட்டி உற்பத்திக்கூடத்துக்கு அழைத்துப் போனார்கள். முதலில் பார்த்த வீட்டைப் போல உற்பத்தி அளவில் ஐம்பது மடங்கு பெரியது என்றார்கள்.

உற்பத்திக்கூடம் ஆட்களே இன்றி வெறிச்சென்று இருந்தது. விடுமுறை தினமா என்று கேட்டேன். இல்லை என்றார்கள். அது நவீன தொழிற்கூடம் என்றும் அங்கு மொத்தமே எட்டு நபர்கள்தான் வேலைக்கு இருக்கிறார்கள் என்றும் சொன்னார்கள்.

முழுதும் யந்திரமயமாக்கபட்ட 'ஆட்டோமேட்டிக்' உற்பத்தி. ஒரு கோடியில் தோல் நீக்கபட்ட வெள்ளை 'மட்டி' அல்லது 'அல்பீசியா' மரத்தின் பகுதிகள். யந்திரத்தின் மறுகோடியில் பயன்படுத்த தயாரான தீப்பெட்டிகள். இடையில் யந்திரத்தை இயக்க, பழுதுபார்க்க என்று ஒரு சில மனிதர்கள் மட்டுமே.

சற்று முன் பார்த்த கைத்திறன்மிக்க அந்தப் பெண்கள் நினைவுக்கு வந்தார்கள். அவர்களுக்கு இங்கே வேலை கிடைக்குமா என்றேன். கிடைக்காது என்றும் காரணம் அவர்களுக்கு இந்த யந்திரத்தில் வேலை செய்யத் தெரியாது என்றும் சொன்னார்கள்.

மெல்ல மெல்ல தீப்பெட்டி தொழில், யந்திரமயமாக்கப்படுவதாக தெரிவித்தார்கள். அவர்களைப் போல பல ஆண்டுகளாக திறம்பட கைகளால் செய்பவர்களுக்கு இன்னும் சில ஆண்டுகளில் வேலை வாய்ப்பு இருக்காது என்றும் தெரிவித்தார்கள்.

தீப்பெட்டித் தொழில் இருக்குமா? இருக்கும். அதில் திறன்மிக்க இவர்களுக்கு வேலை கிடைக்குமா? கிடைக்காது. காரணம், தேவைப்படும் திறன் மாறிவிட்டது.

இதுதான் உணர்ந்துகொள்ள வேண்டியது.

தீப்பெட்டித் தொழிலில் மட்டுமல்ல. எல்லாவற்றிலுமே தேவைப்படும் திறன்கள் தொடர்ந்து மாறிக்கொண்டேயிருக்கின்றன. தொழிலில், வியாபாரத்தில், வேலையில் வேறுபாடு இல்லை. ஆனால், அதைச் செய்யத் தேவைப்படும் திறன்கள் தொடர்ந்து மாறிக்கொண்டே யிருக்கின்றன.

மாற்றுபவராக நாம் இருந்தால் நமக்கு பெரும் வெற்றி. குறைந்த பட்சம் மாறிப்போனதை உணர்ந்து, உடனடியாக அந்தப் புதிய

திறனைப் பெறுபவர்கள், வெற்றி பெறுகிறார்கள். மாற்றங்கள் இயல்பு.

மனித இனம் தோன்றி பல லட்சம் ஆண்டுகள் ஆகின்றன. தொடக்க காலத்தைக் கற்காலம் என்கிறார்கள். நம்மைப் போன்ற மனித பிறவிகள்தான் அப்போது வாழ்ந்தவர்கள். குகைகளில் வாழ்ந்த மனிதர்கள்.

அந்தக் காலகட்டத்திலும் பிழைத்துக் கிடக்க, உயிர்வாழச் சில திறன்கள் தேவைப்பட்டிருக்கும். மிருகங்களிடம் இருந்து தற்காத்து கொள்ள, வேட்டையாடி உணவுத்தேவையை நிறைவு செய்துகொள்ள கூரான கற்கள் கண்டெடுத்தல், உருவாக்கல், பயன்படுத்தல் போன்றவையாக தேவைப்பட்ட திறன்களாக இருந்திருக்கலாம்.

மனிதர்களால் மாற்றங்கள் நிகழ்த்தப்படாத அந்த நீண்ட நெடிய பல லட்சம் ஆண்டுகளிலும் வாழ்ந்த மனிதர்களுக்கு, அந்த மிகச் சில திறன்கள் மட்டுமே வாழ்ந்து முடிக்கப் போதுமான திறன்களாக இருந்திருக்கலாம்.

சிந்தனை செய்த ஆரம்பித்த மனித இனம் அடுத்து நுழைந்தது, 'மெட்டல் ஏஜ்' எனப்படும் உலோக காலத்தில். சுமார் கி.மு 1200 முதல் 1000 வரை இருக்கலாம். அப்போது வாழ்ந்தவர்கள் சிறப்பாக வாழவேண்டுமென்றால் அவர்களுக்கு உலோகங்களை உருவாக்க, அதில் கருவிகள், ஆயுதங்கள் செய்ய மற்றும் பயன்படுத்தத் தெரிந்திருக்கவேண்டும். கற்காலத்தில் இருந்து மாறிப்போன, 'தேவைப்பட்ட திறன்', புதிய திறன்.

செப்பு, இரும்பு, வெண்கலம் என்று வெவ்வேறு உலோக காலங்களில் மனிதர்களுக்குத் தேவைப்பட்ட திறன்கள் ஒன்றாகவா இருந்திருக்கும்?

நாய்களைப் பழக்குதல், குதிரை ஏற்றம், வாள் சண்டை, ஓலைகளில், கல்வெட்டுகளில் எழுதுதல், மரமேறுதல், ஏர் ஓட்டுதல், அறுவடை செய்தல், கயிறு திரித்தல், பானை சட்டிகள், பாத்திரங்கள் செய்தல் என்று வெவ்வேறு காலகட்டங்களில் தேவைப்பட்ட திறன்களின் பின்னாளைய தேவைகள் எப்படி மாறிப்போயின?

காலந்தோறும் தேவைப்படும் திறன்கள் மாறிக்கொண்டேயிருக்கும். மாறிப்போன திறன் தேவைகளை முதலில் புரிந்து கற்றுக்கொண்டவர்கள், அடுத்தடுத்து கற்றுக்கொண்டவர்கள் மற்றும் கற்காமலே போனவர்கள் வாழ்க்கை வசதிகள் ஒரே போலவா இருந்திருக்கும்?

18ம் நூற்றாண்டில் ஜேம்ஸ் வாட் கண்டுபிடித்த நீராவி இஞ்சினுடன் இங்கிலாந்தில் தொடங்கியது முதல் தொழில் புரட்சி. அதுவரை உற்பத்தி செய்துகொண்டிருந்த வழிமுறைகள் பெரிதும் மாறின. நூற்பாலைகள் வேகமெடுத்தன. மனிதன் நீராவியின் ஆற்றலைப் பயன்படுத்த தெரிந்துகொண்டதும் பல்வேறு தொழில்களிலும் பெரும் மாறுதல்கள் உருவாகின. அதன் காரணமாகத் தேவைப்பட்ட திறன்களும் மாறிப்போயின. மாறியவர்கள் வாய்ப்புகள் பெற்றார்கள், செல்வத்தில் கொழித்தார்கள். வாழ்க்கை வசதிகளைப் பெருக்கிக் கொண்டார்கள்.

19 நூற்றாண்டில் இரும்பை உருக்கும் பெரும் ஆலைகள் நிறுவ முடிந்து, உற்பத்தி பெருமளவில் தொடங்க, டெலிபோன், மின்சாரம், என்று பலவிதங்களிலும் வளர்ச்சி பரவி, இரண்டாவது தொழிற்புரட்சி என பெயரிடப்பட்டது.

கம்ப்யூட்டர், இணையம் போன்றவை மூன்றாம் தொழிற்புரட்சியாக வந்தபின், வேலை வாய்ப்புகளுக்கு, தொழில் செய்யத் தேவைட்ட திறன்கள் முன்னில் இருந்து பெரிதும் வேறுபட்டதல்லவா? ஆட்டுக்கல், குந்தாணி, கை ரிக்ஷா, டேப் ரெக்கார்டர்கள், தட்டச்சு யந்திரங்கள், ரோனியோ மிஷின்கள் போல எல்லாம் நம்மில் பலர் பார்க்க, கண்முன் காணாமல் போனவைதான் எத்தனை! உடன் பல்வேறு வேலைகளும் இல்லாமல் போயின. கம்ப்யூட்டர் திறன் பெற்றோரே, நல்வாய்ப்புகள் பெற்றவர்கள் ஆயினர் அல்லவா?

தொடக்கத்தில் பல லட்சம் ஆண்டுகளுக்குப் பின் மாறிய 'திறன் தேவை' பின்பு சில நூறாண்டுகளுக்குள்ளாகவே மாற்றம் கண்டன. அதன்பின் ஒரு நூறாண்டுக்குள்ளாகவே மாறிப்போயின.

இவற்றின் மீதெல்லாம் நின்றுகொண்டு சிந்திக்கும் மனித மூளைகள் பலவும், உலகெங்கும், ஒவ்வொரு நொடியும், 'முன்னிலும் மாறுபட்டதாக', 'சிறப்பானதாக', 'சுலபமானதாக', 'விலை குறைவானவையாக' என்று பல்வேறு விஷயங்களைப் பற்றியும் சிந்தித்து சிந்தித்து, புதுமைகள் கொண்டுவந்து கொட்டுகின்றன.

ஆர்ட்டிபிஷியல் இண்டெலிஜென்ஸ், ரோபார்டிக்ஸ், இண்டர்னெட் ஆப் திங்ஸ், பயோ டெக்னாலஜி, நானோ டெக்னாலஜி, எனெர்ஜி ஸ்டோரேஜ், ஜீன் எடிட்டிங், சிந்தெடிக் பயாலஜி (செயற்கை மாமிசம் உட்பட), 3டி பிரிண்டிங், புரோகிராமிங் டி.என்.ஏ. என்று எத்தனை எத்தனை பல புதிய வாசல்கள் திறக்கப்பட்டிருக்கின்றன.

மொபைல், ஆதார், கேமரா, இணையம் ஆகிய நான்கும் சேர்ந்து உருவாக்கியிருக்கும் புதிய வாய்ப்புகள் கொஞ்சம் நஞ்சமா? ஓலா,

ஊபர், பேஸ்புக், சுவிகி, ஒ.எல்.எக்ஸ், பிக் பாஸ்கெட், மொபைல் வாலட், 'வேரபில்ஸ்' எல்லாம் இவற்றின் சில வெளிப்பாடுகள். டிரோன் தொழில்நுட்பம் வைத்து வானில் பறக்கும் சிறிய கார் போன்ற டாக்ஸிகள் வரவிருக்கின்றன, உரமிடுதல், பூச்சி மருந்தடித்தல் எல்லாம் மிகச் சுலபமாகவிருக்கிறது.

நடப்பது நான்காவது தொழிற்புரட்சி, 'இண்டஸ்ரி 4.0'. 'பிசிக்கல்', 'டிஜிட்டல்' மற்றும் 'பயலாஜிக்கல்' ஆகிய மூன்று வெவ்வேறான வற்றை இணைத்து நடக்கும் மாறுதல்கள்.

விவசாயம், உற்பத்தித்துறை, சேவை துறைகளின் தேவைகள் குறையாது, தொடரும். ஆனால் அவை செய்யப்படும், வழங்கப்படும் விதங்கள் பெருமளவில் மாறும்.

இந்தப் புதிய உலகில் வாய்ப்புகள் பெற இது தொடர்பான திறன்கள் பெறுவது அவசியம். எதோ ஒரு திறன் அல்ல. முன் செல்லுபடியான, மதிப்பிருந்த திறன் அல்ல. இன்றைக்குத் தேவைப்படும், மதிப்பிருக்கும் திறன் பெற்றவர்களே வாய்ப்புகள் பெறுவார்.

6

அக்கறை மட்டும் போதாது

சமீபத்தில் நாகலிங்கம் என்று ஒருவரை கான்ஃபிரன்ஸ் ஒன்றில் சந்தித்தேன். கான்ஃபிரன்ஸ் முடிந்து திரும்புகையில் கொடைக்கானலில் இருந்து சேலத்துக்கு என்னை அவரது காரில் அழைத்துப் போனார். அவரது ஓட்டுனர் வண்டியை ஓட்ட, அவர் என்னிடம் பேசினார். அவரது வியாபாரம் பற்றிச் சொன்னார்.

அவர் மற்றும் அவரது சகோதரர்கள் சேர்ந்து செய்யும் வியாபாரம். மருந்துகள் தயாரிப்பு மற்றும் விற்பனை. வியாபாரம் நன்றாகப் போய்க்கொண்டிருக்கிறது என்றார்.

மேல் விபரங்கள் கேட்டேன். சிலவற்றைச் சொன்னார். வேறு சிலவற்றுக்கு அவரால் பதில் சொல்ல முடியவில்லை. தவிர, இன்னும் லாப நஷ்டக் கணக்குகள் பார்க்கவில்லை என்றார். 'இன்கம்டேக்ஸ் ரிட்டர்ன்ஸ் ஃபைல்' செய்வீர்கள் அல்லவா. அதற்காகவாவது கணக்குப் பார்த்திருப்பீர்களே என்றேன். அதெல்லாம் ஆடிட்டர் பார்த்துக் கொள்வார் என்றார்.

'ஆடி' கார் கொடைக்கானல் மலைகளின் கொண்டை ஊசி வளைவுகளில் திரும்பித் திரும்பி இறங்கிக்கொண்டிருந்தது.

பேச்சை வேறு பக்கம் திருப்பினேன். அவருக்கு 'ஸ்போர்ட்ஸ்'ஸில் ஆர்வம் இருக்கிறது. தவிர நண்பர்களுடனும் சந்தோஷமாக இருப்பதற்கும் நேரம் கொடுப்பார். எதைச் சொன்னாலும் உடன், நிறுவனத்தில் இன்னும் சிலவற்றை அவர் செய்யவேண்டியிருக்கிறது என்றார்.

மொத்தத்தில் நிலை இதுதான். அவர் நிறுவனம் நன்றாக நடக்கிறது. ஆனால் அது குறித்த விவரங்கள் அவர் தெரிந்துகொள்ள விரும்புகிறார். தெரிந்துகொள்ளவேண்டும். அவருக்கு அக்கறை இருக்கிறது. அதே சமயம் அது, இன்னும் அக்கறை என்ற அளவில்தான் இருக்கிறது.

இப்போது இந்தக் கட்டுரையைப் படிக்கும் உங்களில் சிலருக்கும் ஒரு சந்தேகம் வரலாம். அக்கறை இருப்பதை ஒப்புக்கொள்கிறீர்கள். ஆனால், அது இன்னும் அதே அளவில் இருக்கிறது என்கிறீர்களே! அது என்ன அளவு. அதற்கும் அடுத்தடுத்த அளவுகள் இருக்கிறதா? இருந்தால் அவை என்ன?

உதாரணங்கள் சொன்னால் உதவியாக இருக்கும். மகன் நன்கு படிக்க வேண்டும் என்று பெற்றோருக்கு அக்கறை இருக்கிறது. அது மட்டுமே போதுமா? அதற்காக என்ன செய்தார்கள் என்பதுதானே அடுத்த கட்டத்துக்கு நகர்தல்!

அதேபோல மகனுக்கோ மகளுக்கோ திருமணம் முடித்து வைக்க வேண்டும் என்று அக்கறையுடன் இருப்பார்கள், அவ்வப்போது அதைப்பற்றி கவலையாகப் பேசுவார்கள்.

சிலர் வேலை மாறவேண்டும் என்று நினைப்பார்கள், பேசுவார்கள். வேறு சிலர் ஸ்டாக் குறைக்கவேண்டும், கடன் அடைக்கவேண்டும், குறிப்பிட்ட வியாபாரம் தொடங்கவேண்டும் என்பது போல ஏதோ ஒரு முடிக்கவேண்டிய வேலை வைத்திருப்பார்கள். அவை குறித்து அவர்களிடம் அக்கறை இருக்கும். ஆனால் அவையெல்லாம் அக்கறை என்கிற அளவிலேயே நின்றுவிட்டால்?

மேலும் நாகலிங்கத்திடம் பேசினேன். வியாபாரம், அலுவலகம், பார்ட்னர்ஷிப் பற்றி எல்லாம் அலுவலர்கள் மற்றும் பங்குதாரர் களிடம் சந்திக்கும் போதெல்லாம் அவர் பேசத்தான் செய்கிறேன் என்றார். ஏன் நேற்றைக்கு முன்தினம் இந்த கான்ஃபிரன்ஸ்சுக்குக் கிளம்புவதற்கு முன்புகூட பார்ட்னர்களிடம் பேசிக்கொண்டிருந்தேன் என்றார். எவ்வளவு நேரம், எங்கே என்றேன்.

ரயில் நிலையத்தில், அவர்கள் என்னை ஏற்றிவிட வந்திருந்த நேரம் என்றார். அதன்பின் அவரிடம் அரை மணி நேரம் பேசினேன். அதன் சாராம்சம் இதுதான்.

நாகலிங்கத்துக்கு அவர் அவரது வியாபாரத்தின் மீது அக்கறை இருக்கிறது. அடிக்கடி அதைப் பற்றி அவர் நினைக்கிறார். உரியவர் களுடன் அவ்வப்போது பேசுகிறார். இதை நான் ஆங்கிலத்தில்,

'ஷாலோ & ஃபிரிகுவன்ட்' (Shallow & Frequent) என்கிறேன். ஷாலோ - ஃபிரிகுவன்ட்' யை தமிழ் படுத்தினால் 'மேலோட்டமாக மற்றும் அடிக்கடி' என்று சொல்லாம்.

இதில் அவர் ஒரு மாற்றம் செய்தால்தான் அவரது பிரச்னை தீரும். அவரது அக்கறை காரணமாகத்தான் அவர் பலரிடமும் நிறுவனம், அதன் வேலைகள் குறித்துப் பேசுகிறார். அது சரிதான். ஆனால், அவர் அடிக்கடி விசாரிக்கவேண்டுமா? அதன் தேவை மற்றும் பலன் என்ன என்று யோசிக்க வேண்டும்.

ஏன் என்றால் அவர் வியாபாரம் பற்றி உரியவர்களிடம் பேசும் நேரம், அதை முழுமையாக நிறைவாகச் செய்யாததுதான். அடிக்கடி பேசுவார் தான். ஆனால், ஆழமாகப் பேசமாட்டார். அப்படியென்றால் அது மேலோட்டமான பேச்சு. அதுதான் ஷாலோ.

அடிக்கடிதான் பேசுவார். ஆனால் அதை பேசுவதற்காக என்று திட்டமிட்ட நேரத்தில் பேசமாட்டார். கிடைக்கும் நேரத்தில் பேசுவார். மேலும் பேசவேண்டியவர்களுடன் அல்ல. தற்செயலாகச் சந்திப்பவர் களுடன் பேசுவார்.

இதெல்லாம் வெறும் அக்கறையால் ஏற்படும் நிகழ்வுகள். பேச்சு நடக்கும்தான். ஆனால், பலன் கிடைக்காது.

நாகலிங்கம் போன்றோரின் நிர்வாகம் வித்தியாசமானது. அதில் உள்ள குறைபாடு, அவர், Formal, lengthy, thread bear discussions leading to informed decisions இல்லாததுதான்.

'பார்மல்' என்றால் முறையான என்று சொல்லலாம். 'லெங்தி' என்பது போதிய அளவு நீண்ட நேரம். 'திரட் பேர் டிஸ்கஷன்ஸ்' என்பது, அக்கு வேறு ஆணி வேறாக பிரித்துப் பேசும் முறை. 'இன்பார்ம்டு டிசிஷன்ஸ்' என்பவை, தகவல்கள் அடிப்படையில் எடுக்கப்படும் முடிவுகள்.

மேலே சொல்லப்பட்டவை நாகலிங்கம் பாணி நிர்வாகத்தில் இல்லை.

'சுக்கு கண்ட இடத்தில் பிள்ளை பெறுவது' என்று தமிழில் ஒரு சொல்லாடல் உண்டு. அததற்கு என்று ஒரு இடம், ஒரு முறை இருக்கிறது. எதை எங்கே செய்வது பேசுவது என்கிற வித்தியாசம் தெரியாமல் வேலை செய்பவர்களைக் கேலியாகக் குறிப்பிடும் வார்த்தைகள் அவை.

தன் நிறுவனம், வியாபாரம், லாப நஷ்டங்கள், பங்குதாரர்களிடையே பங்கு பிரிப்பு போன்றவை எவ்வளவு முக்கியமானவை! அவற்றை

நாகலிங்கம் போகிற போக்கில், கிடைக்கிற வாய்ப்புகளின் போது பேசுகிறார். இது தவறு. அவர் பேசுவது எல்லாம் 'இன்பார்மல்' வகையைச் சேர்ந்தவை.

பெரிய நிறுவனமோ சிறிய நிறுவனமோ... கலந்து பேசுவது விவாதிப்பது எல்லாம் தொடர்புடையவர்களுக்குத் தெரிவிக்கப்பட்டு, முன்கூட்டி தீர்மானிக்கப்பட்ட நேரத்தில், தனியிடத்தில் நடக்கவேண்டியவை. அப்படி நடக்கும் கலந்துரையாடல்களில் விவாதங்களில் ஒரு முழுமை இருக்கும். முடிவெடுக்கத் தேவையான தகவல்கள் இருக்கும். தகவல்கள் வைத்திருப்பவர்கள் கூட்டத்துக்கு முன்தயாரிப்புடன் வருவார்கள். இவ்வாறான 'பார்மல் மீட்டிங்'குகள் அவசியம்.

வெற்றிகரமாக இயங்கும் நிறுவனங்களில் இப்படிப்பட்ட கூட்டங்கள் மாதம் ஒரு முறை 'ஆப்ரேஷன்ஸ் ரிவியு' என்ற பெயரில் ஒரு முழுநாள் நடப்பதெல்லாம் சாதாரணம். எதேச்சையாகச் சந்திக்கிறபோது போகிற போக்கில் பேசவேண்டிய விஷயங்களா இவை? அப்படிப் பேசுவது மட்டுமே போதுமா?

உடம்பு என்னவோ செய்கிறது என்பார்கள். ஆனால் என்ன செய்கிறதென்று குறிப்பாகச் சொல்லத் தெரியாது. அப்படியே அடிமனதில் ஒரு சோர்வு இருக்கும். தேவையா இது. இப்படி ஏன் விடவேண்டும்? தெர்மாமீட்டரை வைத்து சுரமா இல்லையா என்று தெரிந்துகொள்வது. அல்லது ஒரு மருத்துவரை அணுகுவது. இதை யெல்லாம் செய்தால் என்ன பிரச்னை அதற்கு என்ன தீர்வு என்று தெரிந்துவிட்டுபோகிறது. மருந்தோ மாத்திரையோ எடுத்துக் கொண்டால் விட்டது கவலை.

நிறுவனங்களிலும் இப்படித்தான் அங்கே கேள்விப்பட்டது இங்கே கண்ணில் பட்டது என்று சரியாகத் தெரியாமல் குழம்பிக் கொண்டிருப்பதைக் காட்டிலும் என்ன ஏது என்று தீர விசாரித்து ஒரு முடிவுக்கு வந்துவிடலாமே.

நாகலிங்கம் போன்றோரிடம் உள்ள குறைபாடு, 'நான்தான் தினசரி அலுவலகம் போகிறேனே. எனக்குத் தெரியாதா? இதற்கு எதற்கு தனியே ஒரு மீட்டிங்! அதுவும் அவர்களை எல்லாம் உட்கார வைத்து, பேசி என்ன புதிதாகத் தெரியவரப் போகிறது? மேலும் அந்த நேரத்தில் வேலை கெடும்' என்கிற எண்ணம். அதனால், போதிய நேரம் எடுத்துக் கொண்டு முழுவதும் அலசி ஆராய்ந்து ஒரு முடிவுக்கு வராமல் இருப்பதுதான்.

அவ்வப்போது சிறு சிறு தின்பண்டங்கள் சாப்பிட்டுவிட்டு அல்லது தேனீர் அருந்திவிட்டு இருப்பதுபோலதான் இவர்கள் செய்வது. அது,

அந்த நேர பசியை வேண்டுமானால் போக்கலாம். அல்லது மறைக்கலாம். ஆனால், உடல் நலத்துக்கு கேடுதான். ஒரு காத்திரமான காலை உணவு. முழுமையான மதிய உணவு, ருசியான இரவு உணவுக்கு அவை ஈடாகுமா?

அடிக்கடி சிறு சிறு விவரங்கள் கேட்பதும் இப்படிப்பட்டதுதான். வேலை செய்வோருக்கு தொந்திரவு மற்றும் மனச்சோர்வு ஏற்படுத்தும். தாங்கள் சுதந்திரமாக இருப்பதாக நினைக்கமாட்டார்கள். அதே நேரம் நிறுவன வேலைகளில் முழுப்பொறுப்பும் எடுத்துக்கொள்ளமாட்டார்கள்.

தவிர, 'அடிக்கடி' என்பதால் ஏற்படும் கெடுதி, நீண்டகால மற்றும் பல்வேறு கோணங்களில் இருந்தும் ஆராயப்படாமல் எடுக்கப்படும் முடிவுகள்.

தேவைப்படும் பாணி, 'மேலோட்டமும் அடிக்கடியும்' அல்ல. அக்கறையும், முழுமையான புரிதலும், சரியான நேரத்திலான, தகவல் அடிப்படையில் ஆன, ஆராய்தல்களுக்கும் விவாதங்களுக்கும் பின் எடுக்கப்படும் தீர்க்கமான முடிவுகள். அதை, 'குறிப்பிட்ட காலத்துக்கு ஒருமுறை - ஆழமாக' என்று தமிழிலும் (Periodical & Indepth Discussons) என்று ஆங்கிலத்திலும் சொல்லலாம்.

சிறிய நிறுவனமாக இருந்தாலும், தினசரி பார்க்கிற வேலைகளாக இருந்தாலும், நமக்குக் கீழ் வேலை பார்கிறவர்களாக இருந்தாலும் மாதம் ஒரு முறையோ, காலாண்டுக்கு ஒருமுறையோ, நிறுவனத்தில் உள்ள துறைகள் வாரியாக, சம்பந்தப்பட்டவர்களுடன் ஒரு முழுமை யான 'கலந்துரையாடல் - விவாதம் - அலசல் - முடிவுகள்' செய்யும் ஒரு 'பார்மல் ரிவியு மீட்டிங்' அவசியம்.

அதேபோல குடும்ப அல்லது தனிநபர் முன்னேற்ற விஷயங்களிலும் மேலோட்டமாகவும் அடிக்கடியும் பேசுவதால் பலனில்லை. வெறும் அக்கறை போதாது. என்ன ஏது எப்போது எவரால் என்று ஆழமாக, தீர்க்கமாக தொடர்புடையவர்கள் அனைவரையும் வைத்து ஆலோசிப்பது, குறிப்பிட்ட காலத்துக்கு ஒருமுறை அதற்காகவே கூடுவது, அதைப் பற்றி மட்டுமே பேசுவது, முடிவெடுப்பது, முடிவை செயல் படுத்துவது போன்றவை பலனளிக்கும்.

7

எதிலும் ஓர் ஒழுங்குமுறை

அது ஒரு அலுவலகம். பரபரப்பான காலைநேரம். பலரும் அலுவலகம் திறக்கப்படுவதற்காக வெளியே காத்திருக்கிறார்கள். சாவி வைத்திருக்கும் அலுவலக ஊழியர் வந்துசேர ஏனோ தாமதமாகி விட்டது. கையில் சாவிக் கொத்தைப் பிடித்தபடி ஓடிவந்தார். அவர் வந்துவிட்டார், திறக்கப் போகிறார் என்று தெரிந்ததும், காத்திருந்தவர்கள் அவரைச் சுற்றிலும் கூட்டமாகச் சூழ்ந்துகொண்டார்கள். கதவு திறக்கப்பட்டதும் உள்ளே போய், தத்தம் வேலைகளை ஆரம்பிக்க வேண்டும். தாமதமாகிவிட்டது.

வந்தவர், பூட்டைத் தூக்கிப்பிடித்து, அவசரமாக ஒரு சாவியைப் போட்டுத் திருகினார். அந்த சாவி, திறக்கவில்லை. அதை வேகமாக ஒதுக்கிவிட்டு வேறு சாவியை நுழைத்துத் திருப்பினார். ஹி ஹிம். அதுவும் திறக்கவில்லை. சலித்தபடியே, மற்றொரு சாவியை முயற்சித்தார். இல்லை, அதுவும் அந்தப் பூட்டுக்கு உரிய சாவி இல்லை போலும். அவர் திறப்பதற்காகக் காத்துக்கொண்டிருந்தவர்கள் முணுமுணுக்க ஆரம்பித்தார்கள்.

இப்போது அவர் முகத்தில் பதற்றம். வேகவேகமாக இன்னொரு சாவியைப் பொருத்தி முரட்டுத்தனமாக முயற்சித்தார். அதுவும் திறக்காதுபோக, அவர் என்ன செய்யவேண்டும் என்று சுற்றி நின்றவர்கள் பலரும் யோசனை சொல்ல ஆரம்பித்தார்கள். ஒருவர், 'சாவியை என்னிடம் கொடுங்கள், நான் திறக்கிறேன்' என்று கேட்டு சாவிக் கொத்தை வாங்க முயற்சித்தார். சாவிக்கொத்து வைத்திருந்த வருக்கு கோபம் வந்துவிட்டது. அது பலர் முன்னிலையில் ஏற்பட்ட அவமானத்தால் உண்டான கோபம். இவர் கத்த, அவர் கத்த, களேபரம்.

பூட்டைச் சாவி போட்டுத் திறக்கும் ஒரு சாதாரணமான வேலையிலா இத்தனை தடுமாற்றம்... அதற்கா இவ்வளவு பரபரப்பு!

இப்படியெல்லாம் நடக்கும்தான். இப்படிப்பட்ட சிக்கல்கள் பூட்டுத் திறக்கும் வேலையில் மட்டுமல்ல. எல்லாவிதமான வேலைகளிலும் ஏற்படும். உற்று நோக்கினால் இதில் மொத்தம் மூன்று விடயங்கள் இருப்பது தெரியவரும்.

முதலில் 'ஹாவ்த்ரோன் எபெக்ட்' (Hawthorne effect)

அத்தனை நபர்கள் அவரைச் சுற்றி நின்றுகொண்டு அவர் செய்வதையே ஊன்றிப் பார்க்காமல் இருந்திருந்தால், அவர் சீக்கிரம் திறந்திருக்கலாம். காரணம், பலரும் தன்னை கவனிக்கிறார்கள் என்று மனது எண்ணும் போது சிலருக்கு பதற்றம் அதிகரிக்கிறது. அவர்கள் சாதாரணமாகச் செய்யும் வேலையில் கூட தவறுகள் நேரும். 'நீங்க போங்க. நான் செய்து முடித்து எடுத்து வருகிறேன். நீங்க, இங்கே நின்றால் எனக்கு வேலை ஓடாது' என்பவர்கள் உண்டுதானே!

இது 'பிரஷ்சர் பார் பெர்பார்மென்ஸ்' அல்ல. இது, எல்டன் மாயோ என்ற அறிஞர் சொல்லிய 'ஹாவ்த்ரோன் எபெக்ட்' தான். ஒருவர், தான் கவனிக்கப்படுகிறோம் என்று நினைப்பதால் அவரது நடத்தை மற்றும் செயல்பாடுகளில் மாறுதல்கள் ஏற்படும். இதில் நேர்மறை பலன்கள் மட்டுமல்ல எதிர்மறைத் தாக்கமும் உண்டு. மேலே பார்த்த பூட்டுத் திறக்கும் நிகழ்ச்சி போல.

அவரது பதற்றத்துக்கும் தோல்விக்கும் இன்னொரு காரணமும் உண்டு. அது அவர் மனது சொல்லிய, 'சீக்கிரம், சீக்கிரம். எல்லோரும் நீ செய்து முடிப்பதற்காகக் காத்துக்கொண்டிருக்கிறார்கள்' என்ற செய்திதான். அதாவது 'டைம் பிரஷர்'.

அதே நபர், பலரும் அங்கு வருவதற்கு முன்பாக, ஒரு ஐந்து அல்லது பத்து நிமிடம் முன்கூட்டி வந்திருந்தால், அதே வேலையைச் சிரித்துப் பேசியபடி, நிதானமாக, சர்வ சாதாரணமாக செய்திருப்பார். அது ஒரு வேலை போலவே இருந்திருக்காது. நேரக்குறைச்சல் கொடுத்த அழுத்தம். அதனால் வந்த தடுமாற்றம். பதறியதால் சிதறிய காரியம்.

மேலே பார்த்த இரண்டில் அவரால் எவற்றைத் தடுத்திருக்க முடியும்?

அவர் வந்துவிட்டார், செய்யட்டும் என்று மற்றவர்கள் ஒதுங்கி யிருக்கலாம். ஒதுங்கவில்லை. அவரால் அவர்களை ஏதும் சொல்ல முடியாது. அதற்கு பதிலாக, 'அவர்கள் என்னை கவனிக்கிறார்கள்' என்ற எண்ணத்தை அவர் தவிர்த்திருக்கலாம்.

முன்கூட்டியே கிளம்பி வந்திருந்தால் இரண்டையும் தவிர்த்திருக்கலாம். ஆனால் சில சமயங்களில் வீட்டுச் சூழ்நிலை, போக்குவரத்து மாறுதல்கள், வாகனப் பிரச்னை, உடல்நலக்குறைவு போன்றவற்றால் வரத் தாமதமாகிவிடலாம். அப்படிப்பட்ட நேரத்திலும் அவரால் சரியாக வேலை செய்ய முடியுமா?

ஏன் முடியாது? முடியும். அதற்குத் தேவை, ஓர் ஒழுங்குமுறை. அது இல்லாததுதான் மூன்றாவது பலவீனம். இதில் என்ன ஒழுங்குமுறை தேவைப்படுகிறது என்ற கேள்வி வருகிறதா?

'அங்கே அவரது தேவை என்ன?'

'சரியான சாவியால் பூட்டைத் திறப்பது'.

'அவரால் ஏன் முடியவில்லை?'

'அவர் போடும் சாவிகள் சேரவில்லை'

'அந்தக் கொத்தில் சரியான சாவி இல்லையா?'

'இருக்கிறது. ஆனாலும் அவருக்குக் கிடைக்கவில்லை.'

'கொத்தில் எத்தனை சாவிகள் இருந்தன?'

'நான்கு'

'நான்கு முறை முயற்சித்தாரே. ஆனாலும் சரியான சாவி மாட்ட வில்லையே!'

'அதுதான் ஏன் என்று தெரியவில்லை'

அந்த நபர் வசம் சரியான சாவி இருக்கிறது. ஆனால், இல்லாமல் போனது அதைத் தேடிப் பயன்படுத்துவதில் ஒரு முறை.

பூட்டில் இருக்கும் எண்ணைப் பார்த்துவிட்டு, சாவியின் எண்ணைப் பார்த்து, முதல் முயற்சியிலேயே திறந்திருக்கலாம்.

எண்கள் சரியாகத் தெரியவில்லை எனும் பட்சம், முயற்சித்த ஒவ்வொரு சாவியையும் விரல்களால் ஒதுக்கிக்கொண்டு, அடுத்தடுத்த சாவிகளை முயற்சித்திருக்கலாம். அப்படிச் செய்திருந்தால் குறைந்த பட்சம் நான்காவது தடவையிலாவது திறந்திருக்கலாம்.

அவரது தவறுதான் என்ன?

பூட்டைத் திறப்பதற்கு அவர் பல சாவிகளையும் மாறி மாறி முயற்சித்தார். ஆனால் எந்த சாவியை முயற்சித்துவிட்டார், எதை இன்னும் முயற்சிக்கவில்லை என்பது அவருக்கே தெரியாது. முயற்சித்து திறக்காமல் விட்டவற்றை அவர் அடையாளம்

வைத்துக்கொள்ளவில்லை. இதுதான் முறையற்ற முறை. இதுதான் பலரிடமும் இருக்கும் பிரச்னை.

ஒரு சமயம் ராஜாஜி ரயிலில் பயணம் செய்துகொண்டிருந்தார். அவருக்கு எதிர் இருக்கையில் அமர்ந்திருந்தவரின் கைகடிகாரம், ஓடும் ரயிலில் இருந்து தவறுதலாக ஜன்னல் வழியே வெளியே விழுந்துவிட்டது. உடன் அந்தப் பெட்டியில் அவர்களுடன் பயணம் செய்தவர்கள் பதற்றப்பட்டிருக்கிறார்கள். அனுதாபம், ஆலோசனை என்று பலவும் சொல்லப்பட்டிருக்கின்றன. ராஜாஜி மட்டும் பேசாமல் ஜன்னலுக்கு வெளியே பார்த்துக்கொண்டு வந்திருக்கிறார். அவர் அப்படி சலனமில்லாமல் இருப்பது குறித்து ஏச்சும் இருந்திருக்கிறது. ரயில் நின்றதும் ராஜாஜி சொல்லியிருக்கிறார், இங்கிருந்து இத்தனையாவது லைட் கம்பம் அருகில் உங்கள் கடிகாரம் விழுந்தது என்று.

பலரும் பதற்றப்பட, அவர் அமைதியாக அதே நேரம் கவனமாக லைட் கம்பங்களை ஒன்று விடாமல் எண்ணிக்கொண்டு வந்திருக்கிறார்.

கணக்கு வைத்திருப்பது, தகவல் சொல்வது, வேலைகள் செய்வது, படிப்பது, சொல்லிக்கொடுப்பது, உதவிகள் செய்வது, வியாபாரம் செய்வது என்று எதைச் செய்தாலும் அதில் ஒரு முறை வைத்திருந்தால், அந்த முறையை முறையாகக் கடைபிடித்தால், எப்போதும் வெற்றிதான்.

8

ஏற்றமிகு வாழ்வுக்கு ஏழு வழிகள்

இந்தியா இப்போது என்ன நிலைமையில் இருக்கிறது என்று பலரும் யோசித்துக் கொண்டிருக்கும் நேரம் இது (15.3.2009). முன்பு நம்முடைய GDP 9% ஆக இருந்தது. உலகளவில், வேகமாக வளர்கிற நாடுகளில் நமக்கு இரண்டாவது இடம் என்று சந்தோஷமாக இருந்தோம். சீனாவுக்கு அடுத்தபடியாக இந்தியாதான். இப்போது இந்தியாவின் வளர்ச்சி விகிதம் 9% அல்ல, 6.5, 7 சதவீதமாகக் குறைந்திருக்கிறது. இந்தியாவின் உற்பத்தி மட்டுமல்ல, ஏனைய துறைகளிலும் வளர்ச்சி குறைந்துகொண்டிருப்பதைப் பார்க்கிறோம்.

ஜனவரி, பிப்ரவரி மாதங்களில் இந்தியாவின் ஏற்றுமதி கணிசமாகக் குறைந்திருக்கிறது. இறக்குமதியும் முதல்முறையாக 17 சதவீதம் குறைந்திருக்கிறது. 2008-09ற்கு 200 மில்லியன் டாலர் ஏற்றுமதி என்கிற இலக்கினை இந்தியப் பேரரசு முடிவு செய்திருந்தது. அதிலும் ஒரு சுணக்கம் வந்திருக்கிறது.

செல்கின்ற பல இடங்களிலும் 'இந்தியாவின் வளர்ச்சி குறைந்திருக்கிறதே! பங்குச் சந்தை இறங்கியிருக்கிறதே! பல்வேறு துறைகளிலும் வியாபாரம் சுணக்கம் ஏற்பட்டிருக்கிறதே! இந்நிலைமைகள் மாறுமா? நீடிக்குமா... அவ்வளவுதானா? என்று கேட்கிறார்கள்.

இருட்டைக் கண்டு பயப்படுகிறவர்கள் மனிதர்கள் அல்ல. மறுநாள் நிச்சயம் விடியும் என்ற நம்பிக்கை இருக்கிற காரணத்தால் இருள் நமக்குப் பயம் கொடுப்பதில்லை. வருடத்தில் ஒரு சில மாதங்கள் மழை பெய்யும். கொட்டோ கொட்டென்று கொட்டும். நிற்குமா

என்று சந்தேகப்படும் அளவு ஊற்றும். வெளியில் இறங்கி வேலை செய்ய முடியாது. ஆனாலும், நாம் இந்த மழை நிரந்தரம் என்று நம்புவதில்லை. மழை நிற்கும். அடுத்து கோடை வரும் என்றுதான் நம்புகிறோம். கோடை வருகிறது. வெயில் மண்டையைப் பிளக்கிறது. அந்த வெயிலும் நிலையானது என்று நம்புவதில்லை. ஒரு தினத்துக்குள் ஏற்படும் தட்பவெப்பநிலை மாற்றம், ஓர் ஆண்டுக்குள் ஏற்படும் பருவ மாற்றம் போன்றவை எவ்வளவு இயற்கையோ, அதேபோல பொருளாதாரத்திலும் ஏற்ற, இறக்கங்கள் வரவே செய்யும். தவிர்க்க முடியாது.

1990-களின் தொடக்கத்தில் 'தாராளமயமாக்கல்' வந்தவுடன் பல நிறுவனங்கள் தடுமாறிப் போயின. நம்முடைய போட்டி, உலகத்தோடு என்று சொல்லிவிட்டார்கள். கோடிக்கணக்கில் முதலீடு செய்து தொழில் தொடங்கியவர்கள் எல்லாம், இனி என்ன செய்வது என்று திகைத்து நின்றார்கள். அதெல்லாம் இப்போது முடிந்தபோன கதை. நம்முடைய நிறுவனங்கள் அவற்றையெல்லாம் தாண்டி வெகுதூரம் வந்தாகிவிட்டன. ஐரோப்பாவிலும், அமெரிக்காவிலும் இருக்கிற பல பெரிய நிறுவனங்களை விலைக்கு வாங்குகிற தொழில்நுட்ப அறிவும், மனோதைரியமும், பணபலமும் இந்தியர்களுக்கு வந்துவிட்டது.

ஆக, இன்றிருக்கிற பொருளாதாரச் சுணக்கம் என்பது தற்காலிகமே. எப்படி குதிரை, தன் மேல் விழுகிற மண்ணையெல்லாம் உதறிக்கொண்டு ஓடுமோ, அப்படி நம்முடைய பொருளாதாரமும் பிரச்னை ஏற்படும்போதெல்லாம் சிலிர்த்துக்கொண்டு ஓடும்.

மாற்றங்கள் வரும். ரயில் சென்று கொண்டிருக்கிறது. இடையில் குகைக்குள் செல்கிறபோது இருட்டாகத்தான் இருக்கும். ஆனால் ரயில் குகைக்குள்ளேவா போய்க் கொண்டிருக்கும்! அந்த இருட்டு தற்காலிகமானது. விரைவில் அந்த இருட்டை விட்டு ரயில் வெளியே வரும்.

ஆக, செய்தி 1, இதுவும் கடந்து போகும் என்பதுதான்.

இந்தப் பொருளாதாரச் சுணக்கம் என்பது மாறும். ஒரு வகையில் பார்த்தால் இது தேவையும் கூட. ஏனென்றால் ஐ.டி. போன்ற சிலவற்றிலேயே நம்முடைய ஆற்றலையும் வளங்களையும் அதிகமாகக் குவித்து வைத்திருப்பதை சரி செய்கிற முக்கியமான ஏற்பாடுதான் இப்போது நடந்து கொண்டிருக்கிறது. இது, ஒரு சுழற்சியின் அங்கம். இதை நாம் ஏற்றுக்கொள்ளத்தான் வேண்டும். இதிலிருந்து நாம் மேலே வரலாம். இது தற்காலிகம். சில சமயங்களில்,

நீண்டதாக இருக்கும், வேறு சில சமயங்களில் குறுகிய காலத்தில் முடிவதாக இருக்கும். இந்தியாவில் இருக்கிற இளைஞர்கள் எண்ணிக்கையைப் பார்க்கிறபோது, இந்த சுணக்கம் சீக்கிரம் முடிவுக்கு வரும் என்றே எடுத்துக் கொள்ளலாம்.

2. உறுதி மட்டுமே வேண்டும்

ஒரு பிரச்னை வருகிறபோது, அதில் அமிழ்ந்து போகிறவர்கள்தான் அதிகம். சிலர் மட்டும்தான் பிரச்னைகளைத் தாண்டி வெளியே வருகிறார்கள்.

அது அரசர்கள் காலம். ஒருவன் தவறு செய்துவிட்டான். செய்த தவறுக்கு தண்டனை என்ன என்று அறிவித்தபோது, அவனுக்கு 'சாய்ஸ்' கொடுத்தார்கள்.

'ஒரு வீசை வெங்காயத்தை பச்சையாகக் கடித்து சாப்பிட வேண்டும் அல்லது நூறு கசையடிகள் வாங்கிக் கொள்ள வேண்டும். அல்லது 10 பவுன் அபராதம் கட்ட வேண்டும். மூன்றில் எதுவென்று சொல். அதைச் செய்தால் போதும்' என்றார் அரசர். அவன் யோசித்தான். 'நாம் எதற்காக 10 சவரன் தங்கத்தை அபராதமாகக் கட்ட வேண்டும்? ஏன் கசையடி வாங்க வேண்டும்? அந்த இரண்டையும்விட வெங்காயத்தைத் தின்றுவிடலாம். அது சாப்பிடும் பொருள்தானே!' என்று நினைத்தான். சாப்பிட ஆரம்பித்தான். நான்கு ஐந்து கூட சாப்பிட்டு இருக்க மாட்டான். எரிச்சல் தாங்கவில்லை. கண்களிலும் மூக்கிலும் நீர் கொட்ட ஆரம்பித்தது. 'ஐயா என்னால் முடியாது, கசையடியே கொடுத்துவிடுங்கள்' என்றான். கசையடி ஆரம்பித்தது. தொடங்கிய சில நிமிடங்களிலேயே முதுகு தோல் உரிந்து ரத்தம் வழிந்தது. 'ஐயா போதும் நிறுத்துங்கள். 10 பவுன் தந்து விடுகிறேன்' என்றான். கொடுத்தான்.

வெங்காயம் தின்று அவஸ்தைப்பட்டு, கசையடி வாங்கி தோலுரிந்து, கடைசியில் பவுன்களையும் கொடுத்தான். இப்படி செய்ததற்கு அவன் தொடகத்திலேயே 10 பவுன் அபராதம் காட்டிவிட்டிருக்கலாம். ஒரு தண்டனைக்கு பதில் அவன் மூன்றையும் அனுபவித்துவிட்டான்.

வியாபாரமோ, படிப்போ, மணவாழ்க்கையோ எதைத் தேர்வு செய்தாலும், யோசிக்கிறபோது பலவற்றை யோசியுங்கள். முடிவெடுத்த ஒன்றை உறுதியாகச் செய்யுங்கள்.

தச்சர்களைப் பற்றி ஒரு வாசகம் உண்டு. 'தச்சர்கள் பலமுறை அளப்பார்கள், ஒரு முறை அறுப்பார்கள்' என்று. அறுத்த பிறகு அளக்க முடியாது, பலனில்லை.

எனக்குத் தெரிந்த இளைஞர் ஒருவர் முன்னணி தகவல் தொழில்நுட்ப நிறுவனம் ஒன்றில் வேலை செய்கிறார். வேலை கிடைப்பதற்கு முன் 'கேட்' (CAT) பரீட்சை எழுதலாம் என்று நினைத்துக் கொண்டிருந்தார். கேம்பஸ் இண்டர்வியூ வந்தவுடன் 'கேட்' மீதிருந்த கவனம் போய்விட்டது. பெரிய நிறுவனத்தில் சேர்ந்த பிறகு மீண்டும் 'கேட்' எழுதலாம் என்று நினைத்தார். அதற்காக தயாரிக்க ஒரு பகுதிநேர வகுப்பில் சேர்ந்தும் விட்டார். அப்போது நிறுவனத்தில், நல்ல புராஜக்ட் ஒன்றைக் கொடுத்தார்கள். இனி என்ன! எதற்காக 'கேட்' தேர்வு எழுத வேண்டும்? என்று யோசித்தார். அதனால் அதில் கவனம் செலுத்த வில்லை. இப்போது பொருளாதாரச் சுணக்கம் வந்துவிட்டது. அவரது புராஜக்ட்டுகள் பாதியில் மூடப்படவிருக்கிறது. அதனால் மீண்டும் 'கேட்' தேர்வுக்கு ஆயத்தம் செய்ய வேண்டியதுதான் என்று நினைக்கிறார். வெங்காயம் தின்றவனுக்கும் இவருக்கும் அதிக வேறுபாடில்லை.

வாழ்க்கையில் வெற்றி பெற்றவர்கள் ஏதோ ஒன்றின் மீது இதுதான் என்று உறுதியோடு, நம்பிக்கையோடு நிற்கிறார்கள். பல வெற்றியாளர்கள் நம் முன்னே இங்கே இந்த மேடையில் இருக்கிறார்கள். கவிப்பேரரசு வைரமுத்து 'கவிதைதான்', எழுத்துதான்', 'தமிழ்தான்' என்று நின்றார், வென்றார்.

உலகத்தில் எந்த வெற்றியாளரையும் ஆராய்ந்து பார்த்தால் தெரியும். அவர்கள் எல்லாம் ஏதோ ஒன்றின் மீதுவைத்த கண்ணை எடுக்காமல் இருந்திருக்கிறார்கள். அவர்களது மொத்த ஆற்றலையும், வேகத்தையும், உழைப்பையும் அந்த விரும்புகிற ஒன்றின் மீது வைத்து திணித்திருக்கிறார்கள். அப்படிச் செய்கிறபோது, வெற்றியைத் தவிர வேறு என்ன கிடைக்கும்!

3. உங்கள் உலகை மாற்றுங்கள்

ஒரு பெண்மணியைப் பற்றிச் சொல்லுகிறேன். அந்தப் பெண்மணியின் தாய் சிறுமியாக இருந்தபோதே பாலியல் பலாத்காரத்துக்கு ஆட்பட்டவர். அதன்மூலம் குழந்தை பிறந்தது. அவமானம் என்று கருதி, பிறந்த குழந்தையை தூக்கிப் போட்டுவிட்டார். அந்தக் குழந்தையை யாரோ தூக்கி வளர்த்திருக்கிறார்கள். நிராகரிக்கப்பட்டு விட்ட அந்தக் குழந்தைக்கு தன் தந்தை யாரென்று தெரியாது,

குழந்தை வளர்ந்து ஒன்பது வயது சிறுமியாக இருக்கிறபோது அந்தப் பெண்ணை சிலர் தவறாகப் பயன்படுத்துகிறார்கள். வளர்ப்பவர்களில் ஒருவராலேயே அந்தச் சிறுமி கற்பழிக்கப்படுகிறாள். அவளது 13 வயதில், ஒரு குழந்தையை பிரசவிக்கிறாள். அந்தக் குழந்தை பிறந்த சில நாட்களில் இறந்துவிடுகிறது. இதுதான் அந்தப் பெண்ணின் பின்புலம்.

இப்படிப்பட்ட பெண்ணின் வாழ்க்கை என்னவாகியிருக்க வேண்டும்?

அந்தப் பெண் இதற்காகக் குத்துகாலிட்டு மூலையில் அமர்ந்து அழுது கொண்டிருக்கவில்லை. அந்தப் பெண்ணின் இன்றைய நிலை என்ன தெரியுமா? 13,500 கோடி சொத்துக்கு அதிபதி அவர்.

2008ல் மட்டும் இவரது ஆண்டு வருமானம் 1925 கோடி ரூபாய். மாதம் ஏறக்குறைய 160 கோடி. பணம் மட்டுமல்ல, 1986-ல் அகாடெமி அவார்டுக்கு நியமிக்கப்படுகிறார். எம்மி அவார்டுகள் பெறுகிறார். அந்தப் பெண்ணின் பெயர் ஓப்ரா வின் ப்ரே. தொலைக்காட்சிகளில் பார்த்திருக்கலாம். உலக அளவில் ஒளிபரப்பாகிற நிகழ்ச்சிகளில், மிகப் பிரபலமான 'டாக் ஷோ' அவர் நடத்துகிற நிகழ்ச்சி.

எவ்வளவு கடுமையான பின்புலம்! எவ்வளவு சீரழிக்கப்பட்ட வாழ்க்கை! முடிந்து போவதற்கான அத்தனை காரணங்களும் இருந்திருக்கிறது. அவற்றைத் தூக்கிப்போட்டு மிதித்துவிட்டு, அவர் போயிருக்கிற உயரம்! எவ்வளவு பெரிய மனவலிமை இருந்தால், எந்தப் பாதாளத்தில் விழுந்தாலும் எழுந்து உயர்வேன் என்று காட்டுகிற தெம்பிருந்தால், அந்தப் பெண்மணி இந்த அளவு உயர்ந்திருப்பார்கள்!

நம்முடைய உலகம் வெளியில் இல்லை. நம்மால் முடியும் என்று நினைத்தால், நாம் செய்ய முடியாதது எதுவுமே கிடையாது. பெரும் பாலானவர்கள் முடங்கிப் போவதற்குக் காரணம், அவர்களுடைய குணம்தான். அவர்களின் உலகத்தை அவர்களே அவர்கள் பார்வையில், மனதில் சிறியதாகச் சுருக்கி வைத்திருப்பதுதான்.

4. நம் நடத்தையை நாம் தேர்வு செய்ய வேண்டும்

உலகம் சொல்லிக் கொடுத்ததுபோல் நாம் செய்யவே வேண்டாம். 'அடித்தால் அழ வேண்டும்' அல்லது திருப்பி அடிக்க வேண்டும். இப்படித்தான் உலகம் சொல்லிக் கொடுக்கிறது.

ஸ்டீபன் கோவே சொல்வார், Reaction வேண்டாம் Response செய்யுங்கள்' என்று. அடித்தால் திருப்பி அடிப்பது Reaction. அடித்தால் என்ன செய்ய வேண்டும் என்று யோசித்து விட்டுச் செய்வது, Reaction. Response அறிவுப்பூர்வமானது. Reaction உணர்வுபூர்வமானது. பல சமயங்களில் எவரேனும் நமக்குக் கொடுமை செய்தால், திட்டினால் அழுகிறோம், துரோகம் செய்தால் வருத்தப்படுகிறோம். இவை யெல்லாம் Reaction. வெற்றியாளர்கள் என்றால் Response செய்ய வேண்டும்.

5. வாய்ப்பு வரும் முன் தயாரித்துக் கொள்ளவேண்டும்

லெஸ் பிரவுன் என்ற இளைஞன் படிக்காதவன். அருகிலுள்ள வானொலி நிலையத்தில் வேலை செய்ய வேண்டும் என்று ஆர்வம் அவனுக்கு. ஒருநாள் வானொலி நிலையத்துக்குச் சென்று வேலை கேட்க, யாரை அணுக வேண்டும் என்று கேட்டுத் தெரிந்துகொண்டு அதிகாரியைச் சந்திக்கிறான்.

அவர் கேட்கிறார், 'நீ படித்திருக்கிறாயா?'

'இல்லை'.

'உனக்கு வர்ணனை செய்யத் தெரியுமா?'.

'தெரியாது'.

'உனக்கு நிகழ்ச்சியைத் தொகுத்து வழங்கத் தெரியுமா?'.

'தெரியாது.'

'அப்படியென்றால் உனக்கு வேலையில்லை'.

'நன்றி ஐயா'

பணிவோடு சொல்கிறான். பவ்யமாக திரும்பிச் சென்றுவிடுகிறான்.

மறுநாள். அதே இடம். அதே மேலாளர். அதே லெஸ் பிரவுன், அதே வேண்டுகோளை வைக்கிறான். 'ஐயா வேலை ஏதும் உள்ளதா?' அதே பதில் வருகிறது. அவனும் மாறாமல் அதே பவ்யத்துடன் நன்றி சொல்லிப்போகிறான். இப்படியே மூன்று நாட்கள். வேலை இல்லை என்று சொன்னபோதும் தொடர்ந்து, விடாமல், கண்ணியத்தோடு, பவ்யத்தோடும் அவன் நன்றி சொல்லிப் போவதைக் கண்ட நிலைய அதிகாரி, நான்காவது நாள், 'எனக்கு உணவு வரவில்லை; வாங்கி வர முடியுமா?' என்கிறார். உடனே ஓடிப்போய் வாங்கி வருகிறான். அதன்பின், நிலையத்திலிருக்கிற அனைவரின் தேவைகளைக் கவனிக்கிற எடுபிடி வேலைகளைச் செய்து கொண்டிருக்கிறான். ஒருநாள் நிலைய அதிகாரி அவனை அழைத்து தரையைக் கூட்டிப் பெருக்கும் ஹவுஸ் கீப்பிங் வேலை செய்கிறாயா என்கிறார். சரி என்று சந்தோஷமாக சேருகிறான். வேலைதான் பெருக்கி கழுவுவது. ஆனால் அவன் கூடுதலாகச் செய்ததோ அங்கு என்ன நிகழ்ச்சிகளை எப்படி தயாரிக்கிறார்கள்; வர்ணனையாளர்கள் எப்படி நடந்து கொள்கிறார்கள் என்பனவற்றை உற்றுக் கவனித்தது.

அதையெல்லாம் கவனித்தவன், தான் எவ்வாறு நடந்து கொள்ள வேண்டும் என்று தீர்மானித்துக் கொள்கிறான்.

அங்கு வர்ணனை செய்பவரில் ஒருவர் குடிகாரர். ஒருநாள், அவர் குடித்துவிட்டு வந்தார். அவரால் மேடையேற முடியவில்லை. யாரை இப்போது மேடையேற்றுவது என்று நிலைய அதிகாரி பதறுகிறார். தயங்கி நம்பிக்கையில்லாமல் கேட்கிறார். 'லெஸ் பிரவுன் உன்னால் ஏதாவது சமாளிக்க முடியுமா?' இவர் கேட்பார் என்று யூகித்து, ஐந்து நிமிடத்துக்கு முன்பே, தன் வீட்டுக்கு போன் செய்து 'அம்மா வானொலி பெட்டியை பாடவிட்டுக்கொண்டிரு. இன்று உன் மகனின் குரலை நீ கேட்டாலும் கேட்கக்கூடும்' என்று சொல்லியிருந்தான் லெஸ் பிரவுன்.

லெஸ் பிரவுன் வர்ணனை செய்கிறார். இதற்குமுன் இப்படியொரு வர்ணனை எவரும் கேட்டதில்லை என்பது போல் பிரமாதமாகச் செய்கிறார். அற்புதமான வர்ணனை.

வாய்ப்பு வருகிற வரை காத்திருப்பவர்கள் ஜெயிப்பதில்லை. வாய்ப்பு வருவதற்கு முன்பாகவே தயாரித்து, வாய்ப்பு வருகிறபோது அதனைக் கவ்விக் கொள்கிறவர்கள் ஜெயிக்கிறார்கள். லெஸ் பிரவுன் வாய்ப்பு என்றைக்கு வரும் என்று யோசிக்கவில்லை. எந்த இடத்திலிருந்தாலும் அந்த இடத்தில் நடப்பதை, வெற்றி பெற்றுத் தருபவனவற்றை கவனித்துக் கொண்டிருப்பவர்கள் ஜெயிக்கிறார்கள்.

எவர் ஒருவர் பணிவாக தொடர்ந்து முயற்சி செய்கிறாரோ அவரை எவராலும் உதாசீனப்படுத்த முடியாது.

ஒன்று வேண்டுமென்றால், நீங்கள் திரும்பத் திரும்ப கேட்க வேண்டும். ஒருமுறை கொடுக்கவில்லையென்றால் இரண்டாவது முறை கேலி பேசினாலும் மூன்றாவது முறை அரசியல் செய்தாலும் நான்காவது முறை, எத்தனை முறையானாலும் என்ன? விடவேண்டாம். ஜெயிப்பவர்கள் கணக்குப் பார்ப்பதில்லை. இதுதான் வேண்டும் என்று உறுதியாக இருப்பவர்கள் எத்தனை முறை அவமானப்படுத்தப் பட்டாலும் புறக்கணிக்கப்பட்டாலும் தொடர்ந்து முயற்சி செய்கிறார்கள், ஜெயிக்கிறார்கள்.

6. தீர்வுகள் நேரடியாக வருவதில்லை

பல சமயங்களில் நம்முடைய பிரச்னைகளுக்கான தீர்வுகள் நேரடியாக வராது. தீர்வுகளை நேரடியாக எதிர்பார்ப்பவர்கள்தான் வாழ்க்கையை ஒரு தோல்விக்களம் என்று நினைக்கிறார்கள். நமக்கு என்ன வேண்டும் என்பது பல சமயங்களில் நம் முன்னாலேயே இருக்கிறது. அதை வாய்ப்பு என்று கண்டுபிடிப்பவர்கள் ஜெயிக்கிறார்கள். வாய்ப்பு என்று தெரியாதவர்கள் தோற்றுவிடுகிறார்கள். வாய்ப்பு எல்லோர் முன்னாலும் நடமாடுகிறது. அது இல்லாத நடமாடாத இடமே

கிடையாது. சில பேருக்கு மரத்தைப் பார்த்தால் மாங்காய்களாகத் தெரியும். சிலருக்கு மாங்காயே தெரியாது.

வாய்ப்புகளை எப்படிக் கண்டுபிடிப்பது?

சாய்ராம் என்கிற மாணவன் படித்தது பொறியியல் கல்லூரியில். வாடகைக்கு புத்தகம் வாங்கிப் படிக்கிறான். அப்படிப் படிக்கிறவன் நம்மைப்போல எத்தனையோ பேர் வாடகைக்கு வாங்கிப் படிக்கிறார்களே! இவற்றை யார் வாங்கிக் கொடுக்கிறார்கள் என்று யோசிக்கிறான். இதுதான் கூடுதலாகப் பார்க்கிற பார்வை என்பது. மூன்றாவது கண் கொண்டு பார்ப்பது.

புத்தகம் வாடகைக்குக் கிடைத்தால் வாங்கிப் படிப்பது சாதாரணம். வாடகைக்கு கொடுக்கிறாரே, அவர் யார்? அவருக்கு அதில் என்ன லாபம்? அவர் போல எத்தனை பேர் புத்தகங்களை வாடகைக்குக் கொடுத்துக் கொண்டிருக்கிறார்கள்? இதனுடைய மொத்த சந்தை மதிப்பு என்ன? என்பதெல்லாம் அந்த இளைஞனுக்கு சிந்திக்கத் தோன்றியிருக்கிறது. அதன் விளைவாக பின்பு சொந்தமாக அவனே ஒரு வாடகை புத்தக நிலையத்தை மூன்றாம் ஆண்டு படிக்கிறபோது தொடங்குகிறான். நான்காம் ஆண்டில் அதனை விரிவாக்குகிறான். கல்லூரிப் படிப்பு முடிகிறது. வாடகை புத்தக நிலையத்தை நடத்த விரும்பும் அவனை, குடும்பமே எதிர்க்கிறது. பொறியியல் பணிக்குப் போகவில்லை. எம்.வி. புக் என்கிற ஒன்றை ஆரம்பிக்கிறான். அது விஜய் டி.வி.யில் நடந்து கொண்டிருந்திருக்கிற 'யார் மனசுல யாரு' என்கிற நிகழ்ச்சியை ஸ்பான்சர் செய்கிற அளவுக்கு வளர்ந்தது.

இதைத்தான் படித்தோம். இதைத்தான் செய்யவேண்டும் என்கிற அவசியமில்லை. படிக்கலாம். படிப்பது அவசியம். அது குறைந்த பட்சம் பிறகு எதை வேண்டுமானாலும் செய்யலாம். வாய்ப்புகளைப் பார்க்கத் தெரிய வேண்டும்.

வாய்ப்பு இல்லை என்று சொல்வது மிகச் சுலபம். எல்லாம் கெட்டுவிட்டது என்று பழிபோடுவதும் மிகவும் சுலபம். இன்றைக்கு இருக்கிற பல அற்புதமான தொழில் வாய்ப்புகள் எல்லாம் பத்து ஆண்டுகளுக்கு முன் இல்லாதவை. இருபது வருடங்களுக்கு முன் யோசித்துக்கூடப் பார்க்க முடியாதவை. உலகம் வளர்கிற வேகத்தில் மக்களும் சந்தையும் பெருகுகிற வேகத்தில் எவ்வளவு சின்ன விஷயத்தையும் பெரிய சந்தையாக்க முடியும்.

நம்மிடமிருக்கிற திறமையை அதன் உச்சபட்சத்தில் கொண்டு செல்கிறபோது, அதனுடைய பரப்பளவு விரிவடைந்து, பெரிய

பலனைத் தருகிறது. சாதாரணமான திறமை; அவற்றை எடுத்து மெருகேற்றி வைக்கிற இடத்தில் வைக்கவேண்டும். பிறகு தெரியும் அதன் வீச்சு.

7. நிறுத்தாமல் தொடர்ந்து செய்கிறவர்கள் வெல்கிறார்கள்

ஏதோ ஒன்றின் மீது தவம் போன்ற கவனம் செலுத்துகிறபோது, அது எல்லாவற்றையும் கொண்டு வந்து கொடுக்கும்.

'போல்வால்டில்' உலக சாதனைகளைப் படைத்த ரஷ்ய வீராங்கனை எலினாவிடம் எப்படி உங்களால் இவ்வளவு உயரம் தாண்ட முடிகிறது என்று கேட்டபோது, 'முதலில் என் இதயம் கம்பிக்கு மேலே போய்விடும். பிறகு என் உடல் வேறு வழியில்லாமல் பின்னால் செல்லும். இதயம் போய்விட்டதென்றால் உடல் போய்த்தானே தீரவேண்டும்!

நம்மால் முடியும் என்று நினைப்பதை செய்யக்கூடிய வல்லமை நம்மிடமிருக்கிறது. இறைவன் எல்லோருக்கும் அந்தத் திறனை கொடுத்திருக்கிறான்.

எவர் ஒருவர் தன்னால் முடியும் என்ற நினைக்கிறாரோ அவரைக் கீழே சாய்க்கவே முடியாது. சாதாரணத்திலிருந்து மேலே வந்தவர்கள் எல்லாம் என்னால் முடியும் என்று நினைத்தவர்கள்தான். தன்னால் முடியாது என்று நினைத்தால் ஒரு பதர்கூட மேலே வரமுடியாது. என்னால் முடியும் என்று நினைக்கிற மனிதர்கள், முனைகிறார்கள், முளைக்கிறார்கள், ஜெயிக்கிறார்கள்.

நாமும் ஜெயிப்போம்.

9

செய்வதும் செய்யக்கூடியதும்

மறைந்த முன்னாள் குடியரசுத் தலைவர் அப்துல்கலாம் அவர்கள் பற்றி பல்வேறு தகவல்களும் பகிர்ந்து கொள்ளப்பட்டுக் கொண்டிருக்கும் நேரம் இது.

இன்றைக்கு உலகுக்கே தெரியும் அப்துல்கலாம் எவ்வளவு சிறந்த விஞ்ஞானி என்றும் எவ்வளவு பெரிய அறிவாளி என்றும். அவர் சாதித்ததைப் பார்த்தவர்கள் நாம்.

எவரும் சாதித்த பிறகு அவரைக் கொண்டாடுவதும் போற்றுவதும் சுலபம். ஆனால் ஒருவர் சிறப்பாக செயல்படுவதற்கு முன்பே அவரை அடையாளம் கண்டு, 'இவர் வருவார்', 'இவர் செய்வார்' என்று கண்டுபிடிப்பது அவ்வளவு சுலபமல்ல.

கலாம் பல நூறு இளம் விஞ்ஞானிகளில் ஒருவராக இருந்தபோதே, 'இது மிகப் பிரமாதமாக விளையக்கூடிய பயிர்' என்று கண்டுபிடித்து, ஊக்கமும் வாய்ப்புகளும் கொடுத்தவர், சதீஷ் தவான்.

இப்படி ஒருவர் பின்னாளில் செய்யக்கூடியவற்றை முன்கூட்டியே யூகிக்கும் செயலுக்குப் பெயர் 'பொடென்ஷியல் அப்ரைசல்'.

தற்சமயம் சுமார் 45 ஆயிரம் ஊழியர்களைக் கொண்டிருக்கும் பாரத மிகுமின் நிறுவனத்தின் முன்னால் தலைவர் கவி சித்தப்பா. கர்நாடகாவைச் சேர்ந்தவர். அவர் சேர்மன் - மேனேஜிங் டைரக்டராக இருந்தபோது ஊழியர் எண்ணிக்கை 75 ஆயிரம். விற்றுமுதல் பல ஆயிரம் கோடிகள். 13 இடங்களில் தொழிலகங்கள் உள்ள அந்த மாபெரும் 'மகாரத்னா' நிறுவனத்தின் தலைவர் அவர்தான்.

அவர் அந்த நிறுவனத்தில் என்னவாகச் சேர்ந்தார் தெரியுமா?

மேனேஜ்மெண்ட் டிரெயினி ஆக. ஆம். ஒரு டிரெயினியாக.

அவர் உயர்ந்தது ஒரு நிர்வாக இயக்குனராக.

அவர் டிரெயினியாகச் சேர்ந்தபோது அவருடன் அதே நிலையில் சேர்ந்தவர்கள், அவர் சேர்வதற்கு முன்பாகவே அதே நிலையில் சேர்ந்தவர்கள், அவர் சேர்வதற்கு முன்பாக டிரெயினியைக் காட்டிலும் உயர் நிலையில் சேர்ந்தவர்கள், இருந்தவர்கள் எல்லாம் அடையாத ஒரு உச்ச நிலையை, CMD Position ஐ அடைந்தார்.

காரணம் அவரது திறமை.

அந்தத் திறமை, அவர் டிரெயினியாக சேர்ந்த போதும், விதைக்குள் இருந்த விருட்சமாக அவர் உள்ளேயேதான் இருந்திருக்கிறது.

அப்படி இளம் விஞ்ஞானியாகச் சேர்ந்து உயர்ந்தவர்தான், அப்துல்கலாம். இப்படி உயர்ந்தவர்கள் எவ்வளவோ நபர்கள், எல்லாத் துறைகளிலும் இருக்கிறார்கள். அரசியல் என்றால் கர்ம வீரர் காமராஜரைச் சொல்லலாம். சாதாரணத் தொண்டனாக காங்கிரஸ் கட்சியில் சேர்ந்து, அகில இந்திய காங்கிரஸின் தலைவராக உயர்ந்தவர்.

திரைத் துறையில் என்றால் ரஜினிகாந்தைச் சொல்லலாம். மிகச் சிறிய பாத்திரத்தில் தோன்றி வில்லனாக நடித்துப் பின் கதாநாயகனாக, அதன் பின் ஸ்டார் ஆக, இறுதியில் சூப்பர் ஸ்டாராக உயந்தவர்.

காமராஜரின் செயலாற்றும் திறனை, அவர் வருங்காலத்தில் காமராஜர் என்னவாக எல்லாம் வரக்கூடியவர் என்பதைக் கண்டுகொண்டு வாய்ப்புகள் கொடுத்தவர், அவரது குரு சத்யமூர்த்தி. சிவாஜிராவ் ஆக இருந்த ரஜினிகாந்தின் திறமையைக் கண்டுகொண்டவர், இயக்குநர் சிகரம் கே பாலச்சந்தர்.

ஒருவர் செய்த முடித்த வேலையை அளக்கும் செயல் 'பெர்பார்மென்ஸ் அப்ரைசல்'. செய்யக்கூடிய திறன் என்ன என்பதை அளவிடுவது 'பொடென்ஷியல் அப்ரைசல்'.

விண்வெளி, அரசியல் திரைத்துறை போன்றவற்றில் மட்டுமல்ல. எல்லா இடங்களிலும் இளையோரை இப்படிப் பார்ப்பது அவசியம். அவர்கள் இப்போதைக்குச் செய்வது குறைவாக இருக்கலாம். ஆனால் வாய்ப்புகள் கொடுக்கப்பட்டால் இவர்கள் என்னவெல்லாம் செய்வார்கள், செய்யும் திறன் படைத்திருக்கிறார்கள், திறன்

வளர்த்துக்கொள்ளக் கூடியவர்கள் என்பதை முயன்று கண்டுபிடிக்க வேண்டும். அப்படி செய்வது செய்பவருக்கு, அவரது குடும்பத்துக்கு, அவரது நிறுவனத்துக்கு நன்மை தரும்.

ஆக, ஒருவர் இன்று செய்வது மட்டுமல்ல. அவர் நாளை என்ன செய்யும் திறன் படைத்தவர் என்றும் பார்க்க வேண்டும்.

பெர்பார்மென்ஸை மட்டுமல்ல. ஊழியர்களின் பொடென்ஷியலையும் முதலாளி கவனிக்கவேண்டும்.

10

திறந்து இருக்கும் இரண்டு கதவுகள்

சமீபத்தில், பத்திரிகைகள், தொலைக்காட்சிகள், சமூக வலைதளங்கள் என அனைத்து ஊடகங்களிலும் இரண்டு செய்திகள் பெரிய அளவு இடத்தை பிடித்தன. அந்த செய்திகளில் தொடர்புடையவர்களை இரு வகைகளாக பிரிக்கலாம். முதல் வகை பொள்ளாச்சியைச் சேர்ந்த சில இளைஞர்கள். இரண்டாவது வகை, இந்திய விமானப் படையின் விங் கமாண்டர், அபிநந்தன்.

கடந்த ஓரிரு மாதங்களுக்குள் கோடிக்கணக்கானவர்களுக்கு இந்த இருசாராருமே அறிமுகம் ஆகிவிட்டார்கள். புரிந்து கொள்ள ஏதுவாக, பொள்ளாச்சி இளைஞர்கள் ஐவரையும் சேர்த்து ஒரு நபர் என்று வைத்துக்கொள்வோம். அந்தப் பிரிவினரை இந்தக் கட்டுரையில் மொத்தமாக, திருநாவுக்கரசு என்றே அழைப்போம்.

இரு பிரிவினரிடையேயும் சில ஒற்றுமைகள் உண்டு. வெளிச்சத்துக்கு வந்திருக்கும் இரு சாராருமே பலருக்கும் தெரிந்தவர்கள், அறிமுகம் ஆனவர்கள் ஆகிவிட்டவர்கள்; இளவயதினர்; தமிழ்நாட்டைச் சேர்ந்தவர்கள். இரு நேரெதிர் பாதைகளில் உறுதியாகப் பயணித்து இருப்பவர்கள்.

இந்த இரு சாராருக்கும் இடையே வேறுபாடுகள் நிறையவே உண்டு. ஒருவருக்கு (சாராருக்கு) கிடைத்துக்கொண்டிருப்பது, திட்டுக்களும் சாபமும். மற்றொருவருக்கு கொட்டுவது பாராட்டுகளும் வாழ்த்துகளும்.

இவ்வளவு நடந்த பின்பும், வெளியே தெரியவந்த பின்பும் இன்னமும் இதே போன்ற இரு மாறுபட்ட வழிகளில் பலர் பயணம் செய்து கொண்டிருப்பார்கள்.

இகழ்ச்சி தரும் மற்றும் புகழ்ச்சிக்கு உரிய இந்த இரண்டு வாசல்களில் ஏதாவது ஒன்றில் நுழைந்துவிடக்கூடும் என்ற நிலையில் இருக்கக்கூடிய இளையவர்களின் எண்ணிக்கை லட்சங்களில் இருக்கும்.

இதன் பிறகுமா சிலர் இகழ்ச்சி தரும் வழிகளில் போவார்களா என்று சிலருக்கு வியப்பாக இருக்கலாம்.

2012 ஆம் ஆண்டு டிசம்பர் மாதம் டெல்லியில் 'நிர்பயா' என்ற பெண்ணுக்கு மிகக் கெட்டது நடந்தது. அதற்காக 2013ல் மக்கள் போராடினார்கள். 2018-ல் அந்த ஆறு குற்றவாளிகளுக்கும் உச்சநீதி மன்றத்தால் மரண தண்டனை உறுதிசெய்யப்பட்டது. இவ்வளவும் பரபரப்பாக நடந்துகொண்டிருந்த அதே காலகட்டத்திலும் இங்கே பொள்ளாச்சியில் சம்பவங்கள் தொடர்ந்து நடைபெற்றுக் கொண்டிருந்திருக்கின்றன.

பின்பு, சென்ற 2018-ல் நிர்மலாதேவி விவகாரம் வெளிவந்து பலரும் கொந்தளித்த போதும் பொள்ளாச்சி நிகழ்வுகள் அதன்போக்கில் எந்த மாறுதலும் இன்றி தொடர்ந்திருக்கிறது.

அது போலவே, இப்போது பொள்ளாச்சி சம்பவங்கள் அதிர்வலை களை ஏற்படுத்தி இருக்கும் இந்த நேரத்திலும் வெளித்தெரியாமல் அப்படிப்பட்டவை வெவ்வேறு இடங்களில் நடந்து கொண்டிருக்கும் சந்தர்ப்பம் இருக்கிறது.

பொள்ளாச்சி சம்பவம் வெளியே தெரியவந்தது தற்செயல். சிக்கிய பலரும் அஞ்சி வெளியில் சொல்லாமல் துன்பம் அனுபவித்துக் கொண்டிருக்க, ஒரு பெண் துணிந்ததால் மட்டுமே குற்றவாளிகள் மாட்டியிருக்கிறார்கள். வெளியே சொன்ன அந்த ஒரு குறிப்பிட்ட ஒரு பெண்ணை திருநாவுக்கரசு அணுகாமல் இருந்திருந்தால், இவை யெல்லாம் வெளித் தெரியாமல் இன்றுவரை தொடர்ந்திருக்கலாம். ஆக, வெளியே தெரியவந்தது தற்செயல்தான்.

நிர்மலாதேவி விவகாரமும் வெளிவந்தது சில பெண்கள் காட்டிய துணிச்சலால்தான். பேராசிரியை அந்தப் பெண்களை தேர்வு செய்ததும் தற்செயலே.

அபிநந்தன் காட்டிய தீவிரம் துணிச்சலும் இந்தியர்களால் மட்டுமல்ல, பாகிஸ்தானியர்கள் மட்டுமல்ல, உலகெங்கும் உள்ள பலராலும் பாராட்டப்பட்டது. அவர் காட்டிய தீரம் அப்போது உருவானது அல்ல. அவரிடம் எப்போதும் இருந்திருக்கும் தீரம்தான். ஆனால், தற்செயலாய் அவர் அந்த விமானத்தில் அனுப்பப்பட்டதாலும், அவர் பாகிஸ்தானியர்களால் சிறைபிடிக்கப்பட்டது உட்பட தொடர்ந்து நிகழ்ந்த மற்றவற்றாலும்தான் அவரது தீரம் வெளியே தெரிய வந்தது.

ஆக, அவர் வெளிச்சத்துக்கு வந்ததும் தற்செயலே. அவரைப் போல அல்லது அவரைக் காட்டிலும் கூடுதல் துணிச்சல் மற்றும் தீரத்துடன் போராடக் கூடியவர்கள் ராணுவத்தில் நிச்சயம் பலர் இருப்பார்கள் அவர்கள் வெளித்தெரியும் சந்தர்ப்பம் அமையவில்லை, வாய்க்கவில்லை.

பொள்ளாச்சி சம்பவங்களை நிகழ்த்தியவரிடம் குற்றவுணர்வு இருந்ததாகத் தெரியவில்லை. மிகச் சாதாரணமாக செய்திருக்கிறார். மேலும், அச்சம், எச்சரிக்கை உணர்வு, பச்சாதாபம் போன்ற எந்த உணர்வும் இருந்ததாகத் தெரியவில்லை. இயல்பாகச் செய்திருக்கிறார்.

அபிநந்தன் செயலும் அப்படியேதான் நிகழ்ந்திருக்கிறது. பாராட்டுக்காக, புகழுக்காக, யோசித்து, கவனமாகச் செய்ததாக தெரியவில்லை. இயல்பாகச் செய்திருக்கிறார், அவர் எப்போதும் இருப்பது போல இருந்திருக்கிறார் என்று கூடச் சொல்லலாம்.

இரு சாராரும் அப்படி இருக்க முடிந்ததற்கு காரணம், அவர்கள் தொடர்ந்து அப்படிப்பட்ட செய்கைகளையே செய்து பழக்கப்பட்டு விட்டார்கள் என்பதுதான்.

செய்து பழகியதா? அபிநந்தன் சிறைபிடிக்கப்பட்டது ஒருமுறை தானே என்று கேட்கலாம். ஆங்கிலத்தில் 'மாக்' (Mock) என்று சொல்வார்கள். பயிற்சிகளின்போது, நடவாதது நடந்ததைப் போல பாவித்து அதை சமாளிக்க எதிர்வினையாற்றுவது தான் 'மாக்'.

அபிநந்தன் எத்தனை ஆண்டுகள் இது போன்ற நிகழ்வுகளின் போது நடந்துகொள்ளவேண்டிய முறை பற்றி பயிற்சிகள் செய்திருப்பார்!

பழகியதை நினைவின்றியே செய்ய முடியும் என்பது மட்டுமல்ல, நினைவில்லாமல்தான் செய்யமுடியும்.

ஓர் பள்ளிக்கூடம். அது, விளையாட்டு வகுப்பு. ஆசிரியை உட்பட வகுப்பு மொத்தமும் மைதானத்தில். சங்கர் என்ற மாணவனை அழைத்து, 'வகுப்புக்குப் போய் வருகைப் பதிவேட்டை எடுத்து வா' என்று பணிக்கிறார் ஆசிரியை.

போகிறான். காலியாய் கிடந்தது வகுப்பு. புத்தகப்பைகள் மட்டும் அவரவர் இடங்களில். வருகைப் பதிவேட்டை எடுத்து திரும்புகையில், ஒரு பாடப் புத்தகப் பையிலிருந்து செல்பேசி ஒலிக்க, அவன் எடுத்தான். அதற்குள் அழைப்பு நின்றுவிட, கையில் இருந்த அந்த அழகிய செல்பேசியை திரும்ப வைக்கத் தயக்கம். சுற்றிப் பார்த்தான். எவருமில்லை.

எடுத்துக்கொள்ளலாம் என்று மனது சொன்னது. வேண்டாம், மாட்டிக் கொள்வாய் என்று அறிவு சொன்னது. 'எடுக்கலாம்...' 'இல்லை,

வேண்டாம்...' என்று இப்படியும் அப்படியுமாக 14 வினாடிகள் அவன் மனதுக்குள் போராட்டம். இறுதியில் ஆசை வெல்கிறது. 'சுவிட்ச் ஆஃப்' செய்து காலணிக்குள் மறைத்து வைத்துக்கொள்கிறான். சங்கர் மாட்டிக்கொள்ளவில்லை.

மூன்று மாதங்களுக்குப் பின் மீண்டும் அப்படி ஒரு வாய்ப்பு. அதே சங்கருக்கு. இந்த முறையும் மனதுக்குள் போராட்டம்தான். ஆனால், எடுத்துக்கொள்ளலாம் என்று அவன் முடிவெடுக்க 8 வினாடிகள் மட்டுமே தேவைப்பட்டிருக்கிறது.

ஆம். முதல் முறை இருந்த பயம் அடுத்த முறையில் குறைந்து போனது. அடுத்தடுத்த முறைகளில் பயமே இல்லை. போகப் போக, திருட வாய்ப்புகள் தேடக்கூட செய்தான். எல்லாம் பழக்கம் செய்த வேலை.

ஒரு கல்லூரி. மாணவர்களுக்கு மேடைப் பேச்சு பயிற்சி அளிக்க ஒரு ஏற்பாடு. ஒவ்வொரு புதன் கிழமையும் விரும்புவோர் கூடலாம். பேச பெயர் கொடுத்தவர்கள் பேச அழைக்கப்படுவார்கள். மேடை ஏறிய பிறகு தலைப்பு கொடுக்கப்படும். மைக் முன்னால் மேடையில் நின்றுகொண்டே ஓர் நிமிடம் யோசிக்கலாம். பின்னர் 2 நிமிடங்கள் பேச வேண்டும்.

உதயகுமாருக்கு பேச ஆசை; ஆனால் பெரும் பயம். பலர் பேசுவதையும் ஆவலோடு, வியந்து பார்ப்பான். ஒரு முறை அவன் கொடுக்கமலேயே அவன் பெயர் பேச அழைக்கப்பட்டது. அதிர்ந்தான். பெயர் கொடுத்தது அவன் நண்பன்.

வேறுவழியின்றி மேடையேறினான். தலைப்பு 'சினிமா'. யோசிக்கக் கொடுக்கப்பட்ட 60 வினாடிகள் நகர்கின்றன. உதயகுமாரால் யோசிக்க முடியவில்லை. 60 வினாடிகள் முடிந்து பேசலாம் என்று மணி ஒலிக்க, பயத்தில் கண்கள் இருட்டி, வாய் உலர்ந்து, கால்கள் பலமிழந்து, உடல் வியர்த்து, எதிரில் இருப்பவர்கள், 'பேசு உதய்... பேசு உதய்' என்று கத்த, ஒருவழியாக எதையோ பேசிவிட்டு இறங்கி ஓடியே போனான்.

முதல் முறை பெரும் பயம். அடுத்தடுத்த முறைகளில் அது குறைந்து போய், பின்னால் இல்லாமலே மறைந்துவிடும். இப்போதெல்லாம் அதைப்பற்றி யோசிக்காமலேயே மிகச் சரளமாகப் பேசுகிறான்.

தான் பின்னாளில் மிகச் சிறப்பாக பேச வல்லவன் ஆனதற்கு காரணம், பயந்து ஏறிய அந்த முதல் மேடைதான் என்கிறார் உதய் இன்று. அதுவரை பயந்து, தன்னால் முடியவே முடியாது என்று

ஒதுங்கியிருந்ததன் மீதான பயம், என்ன என்று தெரிந்து அதைக் கடந்ததுதான் வெற்றிக்கு காரணம் என்றும் விளக்குகிறார்.

சங்கர் முதல் முறை செல்போன் திருடுவதற்கு பயப்பட்டான், யோசித்தான். உதய்யும் முதல் முறை மேடையில் பேச பயப்பட்டான், தயங்கினான். இருவர் பயமும் அடுத்தடுத்த முறைகளில் குறைந்துபோயின. பின்னால் இருவருமே அவற்றை தொடர்ந்து செய்ததால் இயல்பாக, நினைவின்றியே செய்யும் அளவு பழகி விட்டார்கள்.

சங்கருக்கு ஒப்பு, திருநாவுக்கரசு. உதய்க்கு ஒப்பு அபிநந்தன்.

அபிநந்தன், திருநாவுக்கரசு ஆகிய இருவருமே அவர்கள் செய்ததை முதல் முறை பயத்துடன் தயக்கத்துடன் செய்திருப்பார்கள். போகப் போக இயல்பாக அதிகம் யோசிக்காமலேயே செய்கிறார்கள். குற்ற உணர்வின்றி செய்து இப்போது வாய்ப்புகள் தேடும் நிலையில் வெளித் தெரிகிறார்கள்.

நல்லது கெட்டது இரண்டிலும் பழக்கமே காரணமாக அமைகிறது. சில பழக்கங்களால் அவமானமும் பழியும், பாவமும். தவிர, நோய், செலவு, கேடு. வேறு சில பழக்கங்களால் வருமானம், பாராட்டு, மதிப்பு.

எல்லோர் முன்பும் இந்த நல்லது கெட்டது என்ற இரண்டு கதவுகள் திறந்தே இருக்கின்றன. எதிலும் நுழையலாம்.

மதுவோ வேறு எந்த போதை அல்லது வேறு எந்த தவறான செயலோ. முதல் முறையே பலமாக மறுக்கவேண்டும். வேண்டாம் என்பதில் உறுதியாக இருக்கவேண்டும்.

சிரமமாகத் தெரிந்தாலும் நல்லனவற்றை சரியானவற்றை வலிந்து முதல் முறை செய்யவேண்டும்; தொடர்ந்து செய்யவேண்டும்.

நல்ல வாசலுக்குள் நுழையலாம். பழக்கம் பலமானது.

11

தேவை : உற்சாகம்

என்னுடைய மேசைக்கு ஒரு சீட்டு வந்தது. அதில் மாலா என்கிற பெண்மணி நேர்முகத்துக்கு வருவார் என்றும் அவரை நான் தேர்வு செய்யவேண்டும் என்றும் குறிப்பு எழுதப்படிருந்தது. குறிப்பினை அனுபியிருந்தவர் அந்தத் தொழிலகத்தின் உயரதிகாரிகளுள் ஒருவர். 'ஏதாவது ஒரு வேலை' என்று அவர் குறிபிட்டிருந்தாலும், எனக்கு அந்தப் பரிந்துரை பிடிக்கவில்லை.

மாலா வந்தார். வேண்டா வெறுப்பாகத்தான் அவருடைய விண்ணப்பத்தினைக் கையில் எடுத்தேன். பார்த்தேன். வேலை தொடர்பாக சில கேள்விகள் கேட்டேன். பின்பு நீங்கள் ஒரு எழுத்து தேர்வு எழுதவேண்டும் என்றேன். அது மெடிக்கல் டிரான்ஸ்கிரிப்ஷன் அலுவலகம். மெடிக்கல் டிரான்ஸ்கிரிப்ஷனிஸ்டாக வேலைக்கு சேர வேண்டும் என்றால், முதலில் அந்த டெஸ்ட் எடுத்துகொள்ள வேண்டும். அதில் பெறும் மதிப்பெண்களைப் பொறுத்துதான் வேலையும் ஊதியமும்.

சரி என்றார். இன்றே முடியுமா? தேர்வினை முடிக்க இரண்டு மணிநேரம் ஆகலாம் என்றேன். ஆகட்டும் செய்கிறேன் என்றார். 'சாப்பிட்டாயிற்றா?' என்றதற்கு உம் என்பது போல மையமாக தலையை ஆட்டிவிட்டு, தேர்வுக்குத் தயாரானார்.

அவர் தேர்வு எழுதச் சென்ற பிறகும் நான் உடனிருந்தவரிடம், 'அதெப்படி சிபாரிசு செய்யலாம்? திறன் பார்த்துதானே வேலைக்கு எடுக்க வேண்டும்!' என்று சொல்லிக்கொண்டிருந்தேன். தொடர்ந்து மற்ற வேலைகளைப் பார்த்தேன்.

மாலாவின் தேர்வுத்தாள் வந்தது. படு சுமாராக எழுதியிருந்தார். 'அறைக்குள் வரலாமா?' என்று அனுமதி கேட்டுவிட்டு வந்தார். அமரச்சொல்லி, அவருடைய தேர்வு மதிப்பெண்களைத் தெரிவித்தேன்.

'உண்மைதான். தேர்வு சிரமமாகத்தான் இருந்தது' என்றார். என்ன செய்யலாம் என்றேன். உங்கள் விருப்பம் என்றார். கூடவே, 'என்னால் விரைவாக சரி செய்துகொண்டுவிட முடியும். காரணம் ஓராண்டுக்கு முன் இதே 'மெடிக்கல்டிரான்ஸ்கிரிப்பஷன்' தான் செய்துக் கொண்டிருந்தேன். இடையில் வேறு வேலைகள் செய்ததால், 'டச்' விட்டுவிட்டது' என்றார்.

உங்களுடைய மதிப்பெண்ணுக்கு, வேலையில் பயிற்சிபெறுபவராக (Trainee) ஆகத்தான் உங்களை எடுக்கமுடியும். அதற்கு ஊதியம் இல்லை. உபகாரச் சம்பளம் தான். அது குறைவாகதான் இருக்கும் என்றேன். சரி என்றார். பயிற்சிக் கூடம் இங்கே இல்லை. அது இருப்பது இங்கிருந்து இன்னும் இரண்டு கி.மி தள்ளி என்றேன் சற்று தயங்கிய படியே. காரணம் அது அவருடைய வீட்டுக்கு இன்னும் அதிக தூரம். அதற்கும் சம்மதம் என்றார். எப்போது சேரமுடியும் என்றதற்கு, நாளைக்கே என்றார். எதற்கும் உங்களை சிபாரிசு செய்தவரிடம் கேட்டுக்கொண்டு சேருங்களேன் என்றேன். அதெல்லாம் தேவையில்லை. நீங்கள் சொல்லுவது சரி. எனக்கு சம்மதம் என்றார்.

நான் அசந்துபோனேன். அவருக்குத்தான் என்ன ஒரு மனோபாவம் என்கிற வியப்பு அடங்க மறுத்தது. எல்லாவற்றுக்கும் சரி. அதையும் முகம் மாறாமல் சொன்னார்.

'நீங்கள் மற்றவர்களைப்போல மூன்றுமாதங்கள் பயிற்சியில் இருக்க வேண்டாம். இந்த மாதக் கடைசியில் மீண்டும் ஒரு தேர்வு வைக்கிறோம். அதில் பெறும் மதிப்பெண்களைப் பொறுத்து, உங்களை ஊழியராக எடுத்துக்கொள்ளுகிறோம் என்றேன். அதே சிரித்த முகத்துடன் முன்போலவே 'சரி' யினை பதிலாகத் தந்தார். இதே இடத்தில் கூட ஒரு 'பேட்ச்' பயிற்சியாளர்கள் இருக்கிறார்கள். நீங்கள் அவர்களுடனே சேர்ந்துகொள்ளலாம், தொலைதூர பயிற்சியகத்துக்கு போக வேண்டிய தில்லை என்றதற்கும், ஒரு சரி மட்டுமே அவரிடமிருந்து பதிலாக வந்தது.

அவர் எழுந்துபோனதும் உடனிருந்த அதிகாரியிடம் நான் சொன்னேன், 'இவர் மிக விரைவில் முன்னேற்றம் அடைவார்' என்று. காரணம் கேட்டவருக்கு, அவரது நேர்மறை மனோபாவமும் மாறாத உற்சாகமுமே காரணம் என்றேன்.

திறன் இருப்பவர்கள், திறன் இல்லாதவர்கள் என்கிற பாகுபாடே கிடையாது. எல்லோராலும் சாதிக்க முடியும். உற்சாகம் மட்டும் இருந்துவிட்டால் போதும். செய்ய வேண்டும் என்கிற உற்சாகம். எத்தனை முறை கூடு கலைந்து போனாலும், மீண்டும் மீண்டும் பாடிக்கொண்டே கட்டுகிற குருவிகளைப் போல, சங்கடங்கள் எதிர்ப்புகள் போன்றவற்றை எதிர்கொண்டாலும் சற்றும் குறையாத ஆர்வமுடையவர்கள் வீழ்வதே இல்லை.

12

நீங்கள் பிராடக்டா... கமாடிட்டியா?

சிகரம் மனிதவள மேம்பாட்டு அமைப்பு தூத்துக்குடி நகரிலும் தொடங்கப்படுவது குறித்து மகிழ்ச்சி. தேசீய நெடுஞ்சாலை போடப் பட்ட பிறகு, சென்னை மதுரை போன்ற நகரங்களுக்குத் துரிதமாகச் செல்லமுடிவதாக நண்பர்கள் சொன்னார்கள்.

முன்பெல்லாம் சென்னைக்குச் செல்ல பத்து பன்னிரெண்டு மணிநேரங்கள் ஆனதாகவும், இந்த சாலை போடப்பட்ட பிறகு ஏழு மணி நேரத்தில் காரில் போய்விடமுடிகிறது என்றும் சொன்னார்கள். இவையெல்லாம் இந்தப் பகுதியில் வாழும் மக்களுக்குக் கண்டிப்பாக நல்ல வளர்ச்சியைக் கொண்டுவரும்.

இவற்றைப் போலவே அல்லது இவற்றைவிடவும் கூடுதலான வளர்ச்சியைக் கொண்டுவரவல்ல நிகழ்வுதான், இன்றைக்கு இங்கே தொடங்கப்படுகிற 'சிகரம்' என்கிற அமைப்பு. மக்களின் சிந்தனையின் விஸ்தீரணம் அதிகரிப்பதற்கும், தரம் உயர்வதற்கும் இது போன்ற மனிதவள மேம்பாட்டு அமைப்புகள் அவசியம். இந்த அமைப்பை தூத்துக்குடி மாநகரில் ஏற்படுத்தியுள்ள நமது நம்பிக்கையின் ஆசிரியர் திரு மரபின் மைந்தன் முத்தையா அவர்களையும், தூத்துக்குடியைச் சேர்ந்த திரு ராஜ்குமார் மற்றும் நம்பிக்கை மணியன் அவர்களையும் பாராட்டுகிறேன்.

கோவை நகரிலே நடத்தப்படுகிற வெற்றிவாசல் போன்ற கூட்டங் களுக்கு கட்டணம் கொடுத்து மக்கள் வருகிறார்கள். வல்லமை தாராயோ போன்ற நிகழ்ச்சிகளுக்கு பெருமளவில் வந்து, நாற்காலிகள்

நிறைத்து, பின், நடைபாதையில் தரையில், மேடையின் படிக்கட்டு களில் எல்லாம் அமர்ந்து கேட்கிறார்கள். இதே போன்ற நிலையை ஈரோடு, சேலம், திருச்சி போன்ற நகரங்களிலும் பார்த்திருக்கிறேன். 'தூத்துக்குடி சிகரம்'மும் விரைவிலேயே அந்த நிலையை எட்டட்டும்.

பலருடைய படிப்பு என்பது அவர்களுடைய பள்ளி மற்றும் கல்லூரி பாடத்திட்டத்துடனும், அந்தக் காலகட்டத்துடனும் முடிந்து விடுகிறது. ஆனால், அவர்கள் கற்க வேண்டியதோ தினசரியே கூடிக்கொண்டு போகிறது. காலத்துடன் இணைந்துபோக, தொடர்ந்து தெரிந்துகொள்ள வேண்டியுள்ளது. இதில் பெரியர் சிறியவர், படித்தவர் படிக்காதவர் மேலதிகாரி பணியாளர் என்கிற வேறுபாடுகள் இல்லை. சிகரம் அமைப்புகள் அந்த பணியைச் செய்யும். பல விபரம் தெரிந்தவர்கள் சிகரம் அமைப்பின் கூட்டங்களில் பேசுவார்கள்.

அதிகம் படிக்காதவர்கள், பயிற்சி பெறாதவர்கள் எல்லாம் 'கமாட்டிட்டி' போல. கமாடிட்டிக்கு உதாரணம் சொல்லுவதென்றால், சமையலில் பயன்படுத்தப்படும் கல் உப்பைச் சொல்லலாம். மளிகைக்கடைகளில், கடைக்கு வெளியில் சாக்கு மூட்டையில் வைத்திருப்பார்கள். கேட்பவர்களுக்குப் பழைய செய்திதாளில் பொட்டலம் கட்டிக் கொடுப்பார்கள். அதற்கு ஒரு விலை. அந்த விலை கடைக்கு கடை வேறுபட முடியாது.

மற்றொரு வகை உப்பும் உண்டு. சுத்தம் செய்யப்பட்ட, நைசாக ஒரே அளவில் அரைக்கப்பட்ட உப்பு. சரியான அளவு அயோடின் தாது கலக்கப்பட்ட உப்பு. குறிப்பிட்ட அளவு எடையில், வலுவான கண்ணாடிப்பையில் அடைக்கப்பட்ட உப்பு. அதன் விலை வெளியில் மூட்டையில் இருக்கும் உப்பை விட அதிகம். தவிர, உள்ளே கண்ணாடி அலமாரி அதன் இருப்பிடம்.

உப்பின் குணமும் பயன்பாடும் இந்த இரண்டு உப்புகளிலும் வேறுபடுவதில்லை. ஆனால், ஒன்றின் விலை அதிகம். கேள்வி இல்லாமல் சொன்ன விலைக்கு வாங்க மக்கள் தயார். என்ன காரணம்? உப்பு என்கிற 'கமாட்டிட்டி', சிலரால் 'பிராடெக்ட்' ஆக்கப்பட்டிருக்கிறது. அதனால் அதற்கு மதிப்பு கூடுதல்.

'கமாடிட்டி' ஆக இருக்கும் மனிதர்களை, 'பிராடெக்ட்' ஆக்குவது தான் கல்வியும் பயிற்சியும். மனிதர்களின் தரம் உயர்த்தப்பட வேண்டும். உயரம், எடை, நிறம் உடுப்புகள் மட்டுமல்ல.

ஒருவருடைய தரம் என்பது அவரது சிந்தனைகள், அணுகுமுறைகள், நடத்தைகள். இவற்றை எல்லாம் உயர்த்த முடியும்.

சச்சின் டெண்டுல்கர் டெஸ்ட் பந்தயங்களில் அடித்திருக்கும் சதங்கள் 51. ஒருநாள் பந்தயங்களில் 49. டான் பிராட்மென் முதல் விவியன் ரிச்சர்ட்ஸ் வரை இவரைப் பாராட்டாதவர்கள் கிடையாது. சந்தேகத்துக்கு இடமின்றி சச்சின்தான் இன்றைக்கு உலகின் மிகச் சிறந்த பேட்ஸ்மன்.

ஆனால், அவருக்கும் பயிற்சியாளர் உண்டு. சச்சின் கடைசிவரை பந்தயங்களுக்கு முன்னால் வலை பயிற்சிக்குச் செல்வார். 'நான் ஏன் பயிற்சி செய்ய வேண்டும். நான் டெண்டுல்கர்' என்று சொன்னதேயில்லை. பயிற்சி தேவைப்படாதவர்களே கிடையாது.

கற்றுக்கொள்ளுவதற்கான அடிப்படைத் தேவை, எனக்கு தெரியாதவையயும் உண்டு என்கிற எண்ணம் தான். நிறைந்திருக்கிற கோப்பைகளில், மேலும் ஊற்ற முடியாது. 'எனக்கு எல்லாம் தெரியும், இவையெல்லாம் மற்றவர்களுக்கு' என்கிற நினைப்பு கெடுத்துவிடும்.

தானும் தவறுகள் செய்யக்கூடியவரே, தானும் திருத்திக்கொள்ள வேண்டியவை இருக்கலாம் என்கிற எண்ணங்களே மேம்பாட்டுக்கு வழிவகுக்கும். சாதனையாளர் டெண்டுல்கரும் ஓட்டம் எடுக்காமலே (டக் அடித்து) வெளியேறுவது உண்டு.

எவருக்கும் தவறுகள் நேரலாம். அதனை ஒப்புகொள்ளாமல் இருப்பதும், திருத்திகொள்ளாமல் இருப்பதுமே பிழை.

மிகச் சிறந்த படங்களுக்கும் கலைஞர்களுக்கும் ஆஸ்கார் விருது வழங்கப்படுவது நமக்கு தெரியும். சிறந்த திரைப்படங்களுக்கு விருதுகள் வழங்க ஆஸ்கார் அமைப்பு இருப்பது போல, சுமாரான படங்கள், மோசமான நடிப்பு, இயக்கம் போன்றவற்றுக்கும் (கேலியாக) விருதுகள் கொடுக்கிறார்கள். அதன் பெயர் ராஸ்சி நாமினேஷன்ஸ் (Razzie Nominations).

2009 ம் ஆண்டுக்கான ராஸ்சி நாமினேஷன்ஸில், சாண்ட்ரா புல்லக் என்கிற நடிகையின் பெயரும் இருந்தது. All about Steve என்கிற ஆங்கிலப் படத்தில் மிகச் சுமாராக நடித்தற்காக என்கிற தகவலும் வெளியிடப்பட்டது. அதே ஆண்டு சிறந்த நடிப்புக்கான ஆஸ்காரும் வேறு திரைப்படத்துக்காக அதே நடிகை சாண்டிராவுக்குக் கிடைத்தது.

'ஆஸ்கார் பரிசு வாங்குகிற என்னையா ராஸ்சி நானாமினேஷன்ஸ¤க்கு அழைக்கிறீர்கள்! ஏன் செய்கிறீர்கள்? இதன் உள்நோக்கம் என்ன? உங்கள் யோக்கிதை எனக்கு தெரியாதா?' என்றெல்லாம் சாண்ட்ரா அறைகூவல் விடவில்லை. மாறாக, அந்த மோசமான நடிப்புக்கு விருது வழங்கும் விழாவுக்கு அவரே நேராக போய், விருதை வாங்கிக்கொண்டது மட்டுமில்லை. இனி இதுபோல (மோசமாக) நடிக்கமாட்டேன். என்றும் அங்கு மேடை ஏறிப் பேசியிருக்கிறார்.

தெரியாததை தெரியாது என்று ஒப்புக்கொள்ளுவது, தெரிந்துகொள்ள முயற்சிப்பது மட்டுமல்ல. காலப்போக்கில் மாறுபவற்றை ஏற்றுக் கொள்ளுவதும் வளர்ச்சியைக் கொடுக்கும்.

சென்னை அண்ணா மேம்பாலத்துக்கு அடியில், சிக்னலில் வண்டியில் இருந்தேன். பச்சைவிளக்கு ஒளிரத்தொடங்கியதும் எல்லோரிடமும் பரபரப்பு தொற்றிக்கொண்டது. ஹாரனை விடாமல் அடித்து, முன்னேறப் பார்த்தார்கள். எங்கள் வண்டிகளுக்கு முன்னால் ஒருவர் சைக்கிளில் போனார். அவருக்கு பின்னால் போன கார் மோட்டார் சைக்கிள்காரர்கள் அனைவரும் அவரை விரட்டாத குறைதான். பாவம் அந்த சைக்கிள் மனிதர் மிகவும் தடுமாறிப்போனார்.

கவனித்துப் பார்த்தால் தெரிந்தது, அந்த இடத்தில், அவரைத் தவிர, வேறு எவருமே சைக்கிளில் போகவில்லை. திராட்டில் மற்றும் ஆக்ஸிலேட்டரை அழுத்தும் மோட்டார் வாகனங்களால் அந்த இடம் நிரம்பி இருந்தது. சைக்கிள் ஓட்டுவது ஒன்றும் குற்றம் அல்ல. அனுமதிக்கப்பட்டதுதான். ஆனால் அவரால் அங்கே சமாளிக்க முடியவில்லை. அவரால் மட்டுமில்லை. அந்த காலைநேர பரபரப்பில் அந்த இடத்தில் எவராலும் முடியாது. மோட்டார் வாகனங்கள் நிறைந்த அந்த சாலையில் அவர் Odd Man ஆகிப்போனார்.

நேற்றைக்கு கோவில்பட்டி ஜேசி அமைப்பில் பேசப்போயிருந்தேன். ஜேசிக்கள் திரு டென்சிங்கும், சுந்தர்ராஜனும் என்னை சில தீப்பெட்டி தொழிற்சாலைகளுக்கு அழைத்து சென்றிருந்தார்கள்.

முதல் ஆலையில், சில பெண்கள், மருந்து பொருத்திய தீக்குச்சிகளை அள்ளி, அடுக்கி, தீப்பெட்டிகளுக்குள் கண் இமைக்கும் நேரத்திற்குள் மிக நேர்த்தியாக வைத்து மூடுவதை பார்த்தேன். அது ஒரு திறன். பல ஆண்டுகள் தொடர்ச்சியாக செய்து பழகிய ஒன்று. அடுத்து வேறு ஒரு தொழிற்சாலைக்கும் அழைத்துச் சென்றார்கள். அது இயந்திரமயமாக்கப் பட்ட தீப்பெட்டி தொழிற்சாலை. அங்கே எல்லாவற்றையும் இயந்திரங்கள் படுவேகமாகச் செய்துகொண்டிருந்தன.

வேகமாக தீப்பெட்டிக்களுக்குள் அடுக்கத் தெரிந்தவர்களுக்கு அங்கே வேலையில்லை. காரணம், அந்தத் தொழிற்சாலைக்கு அந்த திறன் தேவையில்லை. இயந்திரங்களை இயக்கத் தெரிந்தவர் களுக்குத்தான் அங்கே வேலை. கூடுதல் ஊதியமும் கூட. அதே ஊர்தான். அதே தொழில்தான். ஆனால் அதே நபருக்கு மதிப்பில்லை. வேலையில்லை. காரணம், தேவைப்படும் வேறுபாடான திறன்.

நாம் விரும்பினாலும் விரும்பாவிட்டாலும் தொடர்ந்து, இதுபோன்ற மாற்றங்கள் நிகழ்ந்துகொண்டேதான் இருக்கும்.

செல்போனா? அது வீண். அதெல்லாம் நான் வைத்துக்கொள்ள மாட்டேன் என்று ஐந்து பத்து ஆண்டுகளுக்கு முன் சொன்னவர்கள் இப்போது என்ன செய்கிறார்கள்? காஸ் அடுப்பில் சமைப்பது உடம்புக்குக் கெடுதல் என்றவர்கள், இப்போது எதில் சமைக்கிறார்கள்?

எவருக்காகவும் மாற்றங்கள் நில்லாது. மாற்றங்களை முதலில் ஏற்றுக்கொள்ளுகிறவர்கள் முன்னெடுத்துச் செல்லுபவர்கள் ஜெயிக்கிறார்கள். மறுப்பவர்கள், தயங்குபவர்களைத் தள்ளிவிட்டு விட்டு உலகம் போய்க்கொண்டே இருக்கும்.

புதினவற்றை ஏற்றுக்கொள்ளுவது, கற்றுக்கொள்ளுவது, எல்லாம் முக்கியம். புதியவர்களை இளைஞர்களை ஏற்றுக்கொள்ளுவதும் அப்படியே.

இளம் தலைமுறையினரிடம் எவ்வளவோ திறன்கள் இருக்கின்றன. வீடுகளிலும் வெளியிடங்களிலும் இளையவர்களை ஏற்றுக்கொள்ளும் மனப்பக்குவம், நம்மிடம் இல்லாத சில திறன்கள் அவர்களிடம் இருப்பதை கவனிக்கும், அங்கீகரிக்கும் பழக்கம் போன்றவற்றை வளர்த்துக்கொள்ளவேண்டும். அவற்றுக்கெல்லாம் சிகரம் அமைப்பு உதவியாக இருக்கும்.

13

புத்தகம் என்ன செய்யும்?

மார்டின் லூதர் கிங் தெரிந்திருக்கலாம். மார்டின் லூதர் கிங் ஜூனியர் என்பது அவருடைய முழுப் பெயர். அமெரிக்காவைச் சேர்ந்தவர். சின்ன வயதிலேயே மக்களை ஒன்று திரட்டி, பெரிய போராட்டங்களை நடத்தி, தன்னுடைய கருப்பர் இனமக்களுக்கு சம உரிமை பெற்றுத் தந்தவர். I have a Dream என்ற தலைப்பில், அவர் பேசிய பேச்சு, இன்றளவும் பேசப்படும் ஒரு மிகச் சிறந்த, உணர்வுகொள்ள வைக்கும் மேடைப்பேச்சாகக் கருதப்படும் பேச்சு.

அவர் பிறந்தது 1929-ல். அமெரிக்காவில் இன வெறி உச்சத்தில் இருந்த காலம் அது. ஆப்பிரிக்க அமெரிக்கர்களான கருப்பின மக்களை, அங்கிருந்த வெள்ளையின மக்கள், எல்லாவற்றிலும் தள்ளியே வைப்பார்கள். அதற்கு Segregation என்று பெயர். வெள்ளையர் களுடன் ஒரே பள்ளிகளில் கல்லூரிகளில் படிப்பது, ஒரே விடுதிகளில் தங்குவது, வெளியில் ஒரே விடுதிகளில் சாப்பிடுவது, தண்ணீர் குடிப்பது, கை கழுவுவது, எல்லாம் முடியாது. பொருட்கள் வாங்கும் கடைகளில் கூட, அவர்களுக்கு என்று தனி சன்னல். பக்கவாட்டில் இருக்கும் அதன் மூலம்தான், கொடுக்கல் வாங்கல் எல்லாம் செய்யமுடியும்.

திரையரங்குகளில் திரைப்படம் பார்க்கலாம். ஆனால், 'பால்கணி'யில் தனியாகத்தான் அமரவேண்டும். எல்லாமே தனித்தனிதான். இதில் கொடுமை என்ன என்றால், இவையெல்லாம் சட்டப்படி ஒன்றும் தவறில்லை என்பது மட்டுமில்லை. இப்படி செய்யலாம் என்பதற்கு ஒரு தனி சட்டமே இருந்தது. அதன் பெயர், ஜிம் குரோ லாஸ் (Jim Crow Laws). இப்படிப்பட்ட சூழ்நிலையில், நேரத்தில் தான், மார்டின் லூதர் கிங் ஜூனியர் பிறந்தார், வளர்ந்தார்.

| 61 |

தாயும் தந்தையும் சொல்லிச் சொல்லி, கிங் ஜூனியரிடம், எப்படியும் இந்த இனப்பகுபாடுகளை ஒழிப்பதற்கு போராடவேண்டும் என்ற எண்ணம் வளர்ந்துகொண்டே வந்தது. ஆனால் எப்படிச் செய்வது? எங்கே தொடங்குவது என்பன பற்றி நிச்சயமில்லாமல் இருந்தார்.

இனப்பாகுபாடு பேருந்துகளிலும் இருந்தது. பேருந்தில் சில குறிப்பிட்ட இருக்கைகளில் மட்டுமே கருப்பின மக்கள் அமரலாம். அதுவும் வெள்ளையின மக்கள் எவரும், உட்கார விருப்பம் தெரிவிக்காத இருக்கைகளில் மட்டுமே! மற்றபடி, பேருந்தில் எத்தனை காலியிருக்கைகள் இருந்தாலும் சரி, கருப்பின மக்கள் நின்றுகொண்டேதான் பயணம் செய்யவேண்டும். அமரக்கூடாது.

இப்படி ஒரு தேசத்துக்குள்ளாகவே, மக்கள் அடிப்படை உரிமைகள் கூட இல்லாமல் பாகுபாட்டுடன் நடத்தப்பட்டுக் கொண்டிருக்கை யில், 1956-ல் ஒரு முக்கிய நிகழ்வு நடந்தது. அது, அமெரிக்க கருப்பின மக்களைக் கொந்தளித்து எழுச்செய்தது.

டிசம்பர் 1 ம் தேதி 1956 ம் வருடம். ரோசா பார்க்ஸ் என்ற ஒரு நடுத்தர வயது கருப்பினப் பெண்மணி, நின்று பயணம் செய்ய வேண்டிவந்த ஒரு வெள்ளையருக்காக, தன் இருக்கையில் இருந்து எழுந்து, இருக்கையை விட்டுக் கொடுக்க மறுத்துவிட்டார். பேருந்து ஓட்டுனர், 'இல்லை, நீங்கள் எழத்தான் வேண்டும் என்று சொல்லியும் கூட, ரோசா எழவில்லை. இருக்கையினைக் விட்டுக்கொடுக்க மறுத்துவிட்டார். தான் அமர்ந்திருந்த பேருந்து இருக்கையினை தன்குப் பிறகு பேருந்தில் ஏறிய ஒரு ஆண்மகனுக்கு விட்டுக்கொடுக்காததற்காக, ஒரு பெண்மணி, அதுவும் சற்று வயதான ஒரு பெண்மணி, கைதே செய்யபட்டார். இந்த தகவல் பரவ, கருப்பின மக்கள் கொந்தளித்துப் போயினர்.

பலவித பாகுபாடுகள் தினசரி நடைமுறையாகவே இருந்தாலும், அதுவரை எந்தவிதத்திலும் பெரிய, ஒன்றுபட்ட எதிர்ப்பு கிளம்பியிருக்கவில்லை. ஆனால் இந்த பேருந்து சம்பவம் அவர்களை மிகவும் பாதித்துவிட்டது. கூடினார்கள். எப்படியாகிலும் தங்கள் ஒட்டுமொத்த எதிர்ப்பினைக் காட்டிடவேண்டும் என்று பலரும் கொதித்துபோய் கூட்டத்தில் பேசினார்கள்.

கிங் ஜூனியர் முடிவெடுத்தார். இந்த சம்பவத்தினைக் கண்டித்து, சாத்வீகமான முறையில் போராட்டம் நடத்துவது என்று. என்ன செய்யலாம்? பேருந்தில் தானே இப்படிச் செய்தீர்கள்? சரி. பேருந்து மறுப்பு (Boycott) செய்வது என்று முடிவெடுத்தார். ஒப்புக் கொண்டார்கள். பாகுபாட்டினை எதிர்த்து போராட்டம். கருப்பின மக்கள் எவரும் பேருந்துகளில் ஏறிப் பயணிப்பதில்லை என்று தீர்மானித்துக் கொள்வோம். போராட்டத்துக்கு அழைப்புவிடுத்தார். அந்த போராட்டுக்குப் பெயர், மோண்ட்கோமெரி போராட்டம்.

மக்கள் நான்கைந்து நபர்களாய் சேர்ந்து, செலவினைப் பகிர்ந்து கொண்டு, டாக்சிகளில் போனார்கள். பலர் நடந்தே போனார்கள். ஒரு இரண்டு நாட்கள் அல்ல. அன்று முதல் தினமும். கருப்பர் இன மக்கள் ஏறாததால், பேருந்துகள் காலியாகவே ஓடின. ஆனால் வெள்ளையர்களும் மசிவதாக இல்லை. இதில் விட்டுக்கொடுத்தால் பின்பு எல்லா வற்றிலும் விட்டுகொடுக்க வேண்டிவரும் என்று நினைத்தார்கள்.

மொத்த அமெரிக்காவும் கவனித்துக் கொண்டிருந்த, பேருந்து மறுப்பு போராட்டத்தினை மேற்பார்வை பார்க்க, ஒரு குழு அமைக்கப்பட்டு, அதற்கு தலைவராக, கிங் ஜூனியர் நியமிக்கப்பட்டார். அப்போது அவருக்கு வயது 26 தான். நாளாக நாளாக, மோண்ட்கோமெரி போராட்டம் வலுவாகிக் கொண்டே வந்தது. உடன் கிங் ஜூனியரின் பிரபலமும் வளர்ந்தது. கிங் மற்றும் 88 சமுதாய தலைவர்கள் மீது சட்டம் பாய்ந்தது. அதற்குள் அமெரிக்க உச்ச நீதிமன்றம் இனப்பாகு பாடு தவறு என்று தீர்ப்பளிக்க, இறுதியாக மோண்ட்கோமெரி போராட்டம் முழுவெற்றி அடைந்தது. அனைவரும் சமம். பாகுபாடுகள் இருக்கக்கூடாது என்பது தான் வந்த தீர்ப்பு. கிங் ஜூனியரும் ஏனையோரும் மகிழ்ச்சியாக பேருந்துகளில் வெள்ளையர்களுக்கு சரிக்குச் சரியாக அமர்ந்து பயணம் செய்தார்கள்.

கத்தியின்றி ரத்தமின்றி நடந்த யுத்தம் இது. இதன் மூளை கிங் ஜூனியர். ஒரு சாத்வீகப் போராட்டம் தந்த பெரும் வெற்றி இது! பலரும் ஆச்சரியப்பட்டார்கள்.

ஆமாம், இந்த மறுப்பின் மூலம் சத்தியாகிரகம் என்பது மார்டின் லூதர் கிங் கின் கண்டுபிடிப்பா? தவிர, 'புத்தகம் என்ன செய்யும் ?' எனும் தலைப்புக்கும், அமெரிக்க சிவில் உரிமைப் போராளி கிங் ஜூனியருக்கும் என்ன தொடர்பு? இந்த இரண்டு கேள்விகளுக்கும் பதில் இனிதான் வரப்போகிறது.

இரண்டுக்கும் ஒரே பதில்தான்.

சத்தியாகிரகம், சாத்விகப் போராட்டம் போன்றவற்றை மார்டின் லூதர் கிங், நமது அண்ணல் காந்தியிடம் இருந்துதான் கற்றுக்கொண்டார். மார்டினுக்கு காந்தியின் மீது மதிப்பு உண்டு. இந்தியர்களை அடிமைப்படுத்தி காலனி ஆதிக்கம் செய்த பிரிட்ஷ்ஷாருக்கு எதிராக, காந்தி, 1919 முதல் 1943 வரை ஒத்துழையாமை இயக்கம் நடத்தினார் அல்லவா... அதுதான் மார்ட்டினை ஈர்த்தது.

ஆகா! இது நல்ல வழியாகத் தெரிகிறதே!' என்று வியந்திருக்கிறார். காந்தி தவிர, அவருடைய நாடான அமெரிக்காவில், 'அடிமைத் தனத்தினை ஆதரிக்கும் அரசுக்கு நான் வரி செலுத்த மாட்டேன்' என்று தைரியமாக மறுத்து, அதற்காக சிறைவாசம் அனுபவித்த ஹென்றி

டேவிட் தோரோ (Henry David Thoreau) மீதும் மார்டினுக்கு மதிப்பு உண்டு. அந்த ஹென்றி, 1849 ல் On the duty of Civil Disobedience என்று ஓர் கட்டுரை எழுதினாராம். அதாவது அரசுக்கு ஒத்துழையாமல் இருப்பது பற்றி.

செய்தி இதுதான். மோண்ட்கோமெரி போராட்டம் என்பது, கருப்பர் இன விடுதலைப் போராட்டத்தில், பெரிய திருப்பு முனை. அதன் வெற்றிக்கு காரணம் அதன் வழிமுறை. அந்த வழிமுறை தன் நலன் மறுப்பு, பகிஷ்கரிப்பு. அதனை நடத்திக் காட்டியவர், மார்ட்டின் லூதர் கிங் ஜூனியர். அவருக்கு அந்த சிந்தனை வந்ததற்கு காரணம், மகாத்மா காந்தியின் ஒத்துழையாமை இயக்கம். இதனை மார்டின் லூதர் கிங் ஜூனியர் தெரிந்துகொண்டது எப்படி?

புத்தகம் படித்துத்தான்.

சரி. மாகத்மா காந்திக்கு அப்படி ஒரு எண்ணம் வந்ததற்கு காரணம், வேறு எவரோ ஒருவர். ஹென்றி டேவிட் தோரோ ஆகக்கூட இருக்கலாம். காந்திக்கு எப்படித் தெரியும்?

அதுவும் படித்துத்தான்.

இப்படி, ஒரு இனத்தினையே இழிவுபடுத்தி வந்ததற்கு முற்றுப்புள்ளி வைத்தது மோண்ட்கோமெரி போராட்டம் தான். அப்படிப்பட்ட ஒரு போராட்டத்துக்கு வழிமுறையினைக் காட்டியவர், நமது அண்ணல் காந்திதான் என்பதைத் தெரிந்துகொள்ளும் போது, நமக்குப் பெருமையாகவும் மகிழ்ச்சியாகவும் இருக்கும். இந்தத் தகவலையும் நாம் புத்தகத்தில் இருந்துதான் தெரிந்துகொள்கிறோம்.

அதாவது படித்துத்தான் தெரிந்துகொள்கிறோம்.

காந்தியைப்போல, மார்டின் லூதரை கிங் ஜூனியரைப் போல, ஒருவரின் சிந்தனையால் இன்னொருவர் தாக்கம் பெறுகிறார். ஒருவரின் அனுபவத்தினால் மற்றொருவர், தம் செயல்பாடுகளை மாற்றி அமைத்துக் கொள்கிறார்கள்.

படிக்க வேண்டும். வேறு இடங்களில் என்ன நடந்திக்ருகிறது? இதற்கு முன் என்ன நடந்திருக்கிறது என்றெல்லாம் கட்டாயம் தெரிந்து கொள்ள வேண்டும். அதற்கு புத்தகங்களை விட்டால் வேறு சிறந்த சுலபமான வழி என்ன இருக்கிறது?

மாபெரும் விஞ்ஞானக் கண்டுபிடிப்புகளைச் செய்த ஐசக் நியூட்டனிடம், 'நீங்கள் எப்படி இவ்வளவு உயர்ந்த கண்டுபிடிப்புகளைச் செய்தீர்கள்!' என்று கேட்டுவிட்டு, 'அற்புதம்' என்று வியந்து பாராட்டினார்களளாம். அதற்கு நியூட்டன் சொன்னாராம், 'நான், என்ன தனியாக செய்து விட்டேன்! எனக்கு முன்னால் பல ஆராய்ச்சிகளை, கண்டுபிடிப்பு

களைச் செய்த எத்தனையோ நபர்களின் தோள்களின் மீது நின்று கொண்டுதான், நான் இவற்றை எல்லாம் செய்திருக்கிறேன்.'

புத்தகங்கள் படிக்காமல் மற்றவர்கள் செய்ததைத் தெரிந்துகொள்ள முடியுமா என்ன? வாழ்க்கையில் எவராலும் எல்லாவற்றையும் தானே முதன் முதலில் இருந்து தொடங்கி செய்ய முடியுமா? ஏற்கனவே செய்திருப்பவர்களின், மேல் செயல்பாடுகளாகத் தானே செய்ய முடியும்! அதானால் தான் புத்தகங்கள் படிக்க வேண்டும் என்பது.

இந்த வழிமுறை எல்லாவற்றுக்குமே பொருந்தும். புகழ் பெற்ற எழுத்தாளர் ஜெயகாந்தனும் இதையே தான் சொன்னார்கள். 'எனக்கு முன்னால் எழுதிய எத்தனையோ எழுத்தாளர்களின் தோள் மீது நின்று கொண்டுதான் எழுதுகிறேன்' என்று.

படித்ததனால் வந்த பயன்.

ஷேக்ஸ்பியர் நாடகங்கள் உலகப்புகழ் பெற்றவை. இன்றளவும் பிரமிப்பூட்டுபவை. அந்த ஷேக்ஸ்பியருக்கும் தூண்டுதல் செய்த எழுத்துகள் உண்டு. மனோத்துவம் கலந்து எழுதிய புளுடார்ச் (Plutarch) என்பவரின் எழுத்துகள் தான் அவை. ஷேக்ஸ்பியரும் படித்திருக்கிறார்.

புத்தகங்கள் செய்யும் வேலைகள் பல. நன்மைகள் பலப்பல.

சில புத்தகங்களைப் படிக்கும் போது மனது விழித்துக் கொள்ளும். சிலருடைய உற்சாகமான எழுத்துகள், சோம்பலை விலக்கி மனதினைச் சுறுசுறுப்பாக்கிவிடும். படிக்கும் சில புத்தகங்கள், படிப்பவர்களை ஏதாவது செய்வதற்குத் தூண்டும்.

புத்தகங்கள் படிப்பவர்களுக்கு தைரியமூட்டும். 'இது இவ்வளவுதான். நான் செய்திருக்கிறேன். அல்லது வேறு எவரோ செய்திருக்கிறார்கள். ஏன் நீயும் செய்யக் கூடாது ?' என்பதுபோலப் படிப்பவரின் பயம் போக்கி, தயக்கம் ஒழித்து, மன தைரியத்தினைக் கொடுக்க வல்லவை புத்தகங்கள் தான். காரணம் புத்தகங்களில் செய்துமுடித்தவர்களின் அனுபவப் பகிர்தல்கள் கிடைக்கும்.

'எப்போதும் செய்வது போலவே செய்தால், எப்போதும் கிடைத்தது தான் கிடைக்கும். அதனால் புதியதாக ஏதாவது செய்யுங்கள், முன்னேறலாம், என்று புதிய தாகம் ஊட்டுவது மட்டுமல்ல, 'இதோ இப்படிக் கூட செய்யலாமே' என்பது போல புதிய பாதைகள் காட்ட வல்லவை புத்தகங்கள்.

கேள்விப்பட்டிருக்கிறேன், பிறர் செய்வதைப் பார்த்துமிருக்கிறேன். ஆனால் முழுவதும் புரியாமல் இருந்தேன். இந்தப் புத்தகம் கொடுத்த விளக்கம், 'ஓகோ! இப்படித்தானா!' என்று புரிதலை அதிக்கப்படுத்தும். சிந்தனைகளைக் கூர்மைப்படுத்தும்; அறிவை விசாலப்படுத்தும்.

புத்தகங்கள் செய்வன ஒன்றா இரண்டா? அவை உலகத்தினைப் புரிந்து கொள்ள உதவும்; வியப்பூட்டும், வேடிக்கை காட்டும், வேகம் கொள்ள வைக்கும்; உண்மை நிலை புரிய வைக்கும்; ஊர் சுற்றிக்காட்டும்; தூரங்களைக் கடக்க வைத்து, எங்கோ வாழ்பவரின் நிலை எடுத்துச் சொல்லி அன்பு ஊற வைக்கும், ஆதரவு பெற்றுத் தரும்; முன்பின் தெரியாதவர்களின் உள்ளங்களைக்கூட ஒன்றுபடுத்தும்; தேசம், மொழி ஜாதி இனங்களைக் கடந்து ஒற்றுமைக்கு வழி ஏற்படுத்தும்; சித்தாந்தங்களைப் புரியவைக்கும்; சரித்திரம் சொல்லும்.

எல்லாத் தப்புகளையும் நாமே செய்து கற்றுக்கொள்வதென்றால் அதற்கு இந்த ஒரு வாழ்க்கை போதாது என்பார்கள். அனுபவங்களும் அப்படியே தான். எல்லா அனுபங்களையும் நாமே நேரடியாகப் பெறமுடியாது. நேரடியாகத்தான் பெறமுடியாதே தவிர, பெறவே முடியாததென்பதல்ல.

புத்தகங்கள் படிப்பதன் மூலம், எத்தனையோ அனுபவங்கள் பெறலாம்.

ஞானிகள், தத்துவவாதிகள், விஞ்ஞானிகள், வீரர்கள், உலகம் சுற்றியவர்கள், சாதனையாளர்கள், வெற்றியாளர்கள் என்று பலரும் தங்களின் அறுபது எழுபது எண்பது ஆண்டுகள் வாழ்க்கை அனுபவத்தினை, எங்கெங்கோ அவர்கள் சந்தித்த மனிதர்களைப் பற்றி, அவர்கள் சந்தித்த சோதனைகள் பற்றி, அவர்கள் செய்து பார்த்த பரிசோதனைகள் பற்றி, அதற்கு கிடைத்த விளைவுகள் பற்றி, அவற்றைப் பற்றி அவர்கள் நினைப்பவைபற்றியெல்லாம், புத்தகங்களைத் தவிர வேறு எங்கே பகிர்ந்து கொள்கிறார்கள்?

இவையெல்லாம் சில பல நூறு பக்கங்களில், நல்ல காகிதங்களில் அச்சிடப்பட்டு, அழகான புத்தகங்களாக தயார் செய்யப்பட்டு, தூரங்கள் கடந்து கொண்டுவரப்பட்டு, நம் கைக்கெட்டும் பக்கத்தில், கடைகளில், கண்ணில்படும் வண்ணம், அழகாக அடுக்கி வைக்கப் பட்டிருக்கும் போது.... அவற்றை வாங்காமல் விடுவதும் சரியா?

அது, நாமே நமக்கு செய்துகொள்ளும் துரோகமல்லவா? புத்தகங்கள் வாங்குவதை வாடிக்கை ஆக்குவோம். அடிப்படைத் தேவைகள் மூன்றல்ல. நான்கு என்று முடிவு செய்வோம். உண்ண உணவு. உடுக்க உடை, இருக்க இடம். இவை தவிர, படிக்க புத்தகம்.

என்ன சரிதானே!

14

மனதுக்குள் ஒர் நூலகம்

ஆல்பர்ட் ஐன்ஸ்டைன் பற்றிச் சிலருக்குத் தெரிந்திருக்கலாம். 26 வயதில் டாக்டர் பட்டம் பெற்றவர். ஒளியின் வேகம், ரிலேட்டிவிட்டி தியரி, குவாண்டம் தியரி, மற்றும் $E = mc^2$ என்ற அணுசக்தியின் அடிப்படையை கண்டுபிடித்தவர். நோபல் பரிசு பெற்ற விஞ்ஞானி மொத்தத்தில் மிக முக்கியமான, மிகப் பெரிய சிந்தனையாளர், அறிவுஜீவி.

அவர் காலத்திலேயே அவரைப் பற்றிய வியப்பும் மரியாதையும் மிக அதிகம். ஐன்ஸ்டைன் அவரது 76 வது வயதில் குடல் தொடர்பான சிரமத்தால் மரணம் அடைந்தார். இவ்வளவு அறிவாளியாக இருந்திருக்கிறாரே, இவரது மூளையின் அமைப்பில் ஏதும் வேறுபாடு இருக்கிறதா என்று பார்க்கிற நோக்கில் அவரது மூளையை ஆராய்ந்திருக்கிறார்கள்.

ஐன்ஸ்டைனுடைய மூளை பார்ப்பதற்கு அதே வயதுடைய மற்றவர்களின் மூளை போலத்தான் இருந்திருக்கிறது. எடையிலும் அவர் வயது ஒத்தவர்களின் மூளை எடையில் இருந்து மாறுபாடு இல்லை.

இப்படியாகப் பலரும் இன்னமும் ஆராய்ந்துகொண்டிருக்கிறார்கள். ஏதேதோ சொல்லுகிறார்கள். ஏனைய ஆராய்சியாளர்களால் மறுக்கப் படுகிறார்கள். ஆக, அவர்களால் ஐன்ஸ்டைனின் மூளையில் எந்த பெரிய வேறுபாட்டையும் உறுதியாகச் சொல்லமுடியவில்லை.

இப்படிப்பட்ட ஆராய்சிகள் எல்லாம் தேவையே இல்லை. காரணம், அந்த மூளைக்கு உரியவரே அவரது மூளை பற்றி, மூளைத் திறன் பற்றித் தெளிவாகச் சொல்லியிருக்கிறார். அவர் சொன்னது, 'நான் யாரைக் காட்டிலும் புத்திசாலியில்லை. ஆனால், எடுத்துக்கொண்ட விஷயத்தைப் பற்றி அதிகம் நேரம் சிந்திக்கிறேன்' என்பதுதான்.

ஆக, அறிவு படைத்தவர்கள், அறிவு இல்லாதவர்கள் என்றெல்லாம் எவரையும் ஒதுக்க வேண்டாம்; தான் அப்படி என்று ஒதுங்கவும் வேண்டாம்.

வேறுபாடு மூளையில் இல்லை. அது, தகவல் பெறும் வகையிலும், கிடைக்கிற தகவலைப் பயன்படுத்தும் விதத்திலும் தான் இருக்கிறது. அங்கே சரி செய்தால் போதும். அவற்றில் செய்யும் மேம்பாடு எவரையும் வல்லவராக்கிவிடும்.

எதிலும் பெருவெற்றி பெற மூன்று விஷயங்கள் முக்கியம்.

1. தகவலைப் பெறும் விதம், மனதால் கவனிப்பது, உள்வாங்குவது போன்றவை. சுருக்கமாக 'கவனித்தல்'

2. அடுத்தது, கிடைக்கும் தகவலைப் பற்றி சிந்திப்பது. இதுதான் ஐன்ஸ்டைன் சொல்லும் 'அதிக நேரம் சிந்திப்பது'.

3. அதற்கும் அடுத்த மூன்றாவது கட்டம் 'செயல்படுத்துதல்'.

முதல் பகுதியான 'கவனிப்பதில்' மக்களுக்கு இடையே வேறுபாடுகள் உண்டு. எதையும் சரியாக கவனிக்கவேண்டும்.

இரண்டாவது, சிந்தித்தல். எடுத்துக்கொண்ட பிரச்னை குறித்து நான் அதிக நேரம் சிந்திக்கிறேன் என்கிறார் ஐன்ஸ்டைன். அதிக நேரம் சிந்திப்பது என்றால் எவ்வளவு நேரம்?

ஐன்ஸ்டைன் எவ்வளவு நேரம் என்று குறிப்பிடவில்லை என்பதை கவனித்திருப்பீர்கள். 'கூடுதல் நேரம்' என்று பொருள் பட, I stay on a problem longer என்கிறார். மற்றவரைக் காட்டிலும் கூடுதல் நேரம் என்பதுதான் அவர் சொல்லுவதன் பொருள்.

உதாரணத்துக்கு, சுவற்றில் ஆணி அடிக்கவேண்டும் என்று வைத்துக் கொள்வோம். சுவர் நல்ல வலுவான சுவர். அடித்த உடன் ஆணி உள்ளே போய்விடுமா? அடிக்கிறோம் அடிக்கிறோம் முடியவில்லை. எவ்வளவு நேரம் அடிப்பது?

இங்கே நேரத்தைக் கணக்குப் பார்ப்பவர் ஆணியை அடிக்க மாட்டார். பாதியில் விட்டுவிடுவார். நேரம் ஒரு பொருட்டல்ல. எப்படியும்

அடித்தே ஆகவேண்டும் என்று நினைப்பவர், அடித்து இறக்கிவிடுவார். அவர் முன்னவரைவிடக் கூடுதல் நேரம் செலவு செய்திருப்பார்.

எவ்வளவு நேரம் என்பதை முன்கூட்டியே தீர்மானிக்க முடியாது. எவ்வளவு தேவைப்படுகிறதோ அவ்வளவு நேரம் என்பதுதான் தேவை. 'ஒருநாள் கிரிக்கெட் போட்டி'யில் முதலில் ஒரு அணி ஆடி முடித்து 300 ஓட்டங்கள் எடுத்துவிட்டார்கள் என்றால், அடுத்து ஆடும் அணி வெற்றிபெற 300 க்கும் மேலாக எடுத்தாக வேண்டும். எவ்வளவு தேவையோ அவ்வளவு. முதலில் ஆடியவர் 400 எடுத்தால், அடுத்து ஆடுபவர் 400 க்கும் மேல் எடுத்தால்தானே வெற்றி.

எத்தனை முறை முயற்சித்தோம் என்பதல்ல கணக்கு. முடியும் வரை செயல்பாடு என்பதுதான் வெற்றியாளர் அணுகுமுறை.

நீண்டநேரம் சிந்தித்தல் என்றால், தீர்வு கிடைக்கு வரை சிந்திப்பது. சிந்தித்தல் என்பது மனதுக்குள், மூளையில் செய்யப்படவேண்டிய வேலை.

வெளியில் அல்ல; உள்ளே தேடுவது. விவேகானந்தர் சொல்வார், 'உலகின் மிகப் பெரிய நூற் களஞ்சியம் நம் மனதுக்குள்ளே இருக்கிறது' என்று. சிந்தித்தல் என்பது, நமக்குள்ளே இருக்கும் மிகப் பெரிய நூல் நிலையத்தில் தேடுவது. வெகு நேரம் சிந்திப்பது. தீர்க்கமாக சிந்திப்பது.

பலராலும் செய்ய முடியாத, செய்யப் பொறுமை இல்லாத, அதில் நம்பிக்கையில்லாத வேலைதான் ஆழ்ந்து சிந்திப்பது.

சுமார் எழுபது ஆண்டுகளுக்கு முன்பு நிகழ்ந்தது இது. முதுகலை படித்துவிட்டு லண்டனில் சட்டம் படிக்கச் செல்லுகிறார் அந்த இளைஞர். தமிழகத்தைச் சேர்ந்தவர். அங்கே லண்டனில், ரயிலில், பேருந்துகளில் பலரும் ஒரு குறிப்பிட்ட செய்தித்தாளை ஆர்வத்துடன் படிப்பதை கவனிக்கிறார். அந்த ஆங்கில தினசரியின் பெயர் 'த டெலிகிராப்'.

அப்போது அந்த இளைஞருக்கு வயது இருபத்து இரண்டுக்கு சற்றுக்கு கூடுதலாக இருக்கலாம். அவ்வளவுதான். அந்த வயதில் அவர் பார்வையில் அந்தக் காட்சிகள் பதிவாகியிருக்கின்றன. அவர் மனது அதை கவனித்திருக்கிறது. அப்படியென்றால் அங்கே அவரது 'கவனித்தல்' சிறப்பாக நடந்திருக்கிறது.

இதைச் செய்வதே பலருக்கும் அரிது. லண்டன் சென்ற எவ்வளவோ நபர்கள், தொழிலதிபர்கள் அதைப் 'பார்த்திருப்பார்கள்'. ஆனால் 'கவனித்திருக்க' மாட்டார்கள். அந்த இளைஞர் கவனித்தார். இரண்டுக்கும் இடையில் இருக்கும் வேறுபாடு நமக்குத் தெரியும்.

அந்த இளைஞர், 'கவனிப்பது'டன் நிறுத்தவில்லை.

அடுத்து ஐன்ஸ்டைன் சொன்ன நீண்டநேர 'சிந்தித்தல்'லுக்கு நகர்ந்தார்.

அதாவது கவனித்த தகவலை மனதின் உள்ளே வைத்து அரைத்தார். மூளையைக் கசக்கினார். அவருக்குள் ஒரு பொறி தட்டியது.

1942ல் தமிழகம் வந்தார். வந்ததும் ஒரு செய்தித்தாள் தொடங்கினார். கிட்டத்தட்ட அதே பாணியில். அதே அர்த்தம் தொனிக்கும் தமிழ் பெயருடன். ஆக, 'செய்துமுடித்தல்' என்ற மூன்றாவது கட்டத்தையும் திறம்பட செய்தார். மூன்றையும் சரியாகச் செய்தார், மிகப் பெரிய வெற்றி கண்டார்.

அவர் தொடங்கிய அந்த தினசரியின் பெயர், தினத்தந்தி. பெரும் வெற்றிதானே!

ஆக, ஒரு எளிமையான வெற்றிச் சித்திரம் என்ன தெரியுமா? 'கவனி-சிந்தி-செய்துமுடி' என்பதுதான். மூன்றும் முக்கியம்.

இப்படியாக, எதையும் செய்யலாம்.

எதையும்.

15

எல்லாம் மாறவே செய்யும்

செ ன்னை மைலாப்பூரில் அமைந்திருக்கும் ஒரு பூங்காவில் ஒருநாள் காலை நடைப்பயிற்சி செய்துகொண்டிருந்தேன். அங்கேதான் என்றில்லை. காலைநேரத்தில் எங்கே நடந்தாலும், உடல்நலம் தவிர மற்றொரு பயனும் எனக்கு கூடுதலாக கிடைக்கும். அது நடப்பவர்கள் செய்யும் சேட்டைகளை வேடிக்கை பார்க்கும் வாய்ப்பு.

பின்பக்கமாகவே நடந்துவந்து கலவரப்படுத்துபவர்கள், எதிர்பாராத நேரத்தில் கைகளை சடாரென அகலவிரிப்பவர்கள், இடுப்பை ஒடித்து நடக்கிறேன் என்று நடனமாடிக்கொண்டே நடப்பவர்கள், நான்கைந்து நண்பர்களாக சேர்ந்துகொண்டு பெஞ்சில் உட்கார்ந்து அரட்டை அடித்தபடியே 'நடப்பவர்கள்'; நடையில் கரைக்கும் கொழுப்பைவிட கூடுதலானதை இவர்களை குறிவைத்தே அங்கே வந்து விற்கும் சில பண்டங்களை வாங்கிச் சாப்பிட்டு அதிகரித்துக்கொள்ளுபவர்கள், திருமண வரவேற்புக்குப் போவது போல படோடபமாக உடை அணிந்து வந்து ஜாக்கிரதையாக வேர்த்துவிடாமல் நடப்பவர்கள் என்று பல சுவாரசியங்களை அங்கே ஒருசேரப் பார்க்கலாம். அந்த ஜனரஞ்சகத்துக்கு என் பங்களிப்பும் உண்டு. தோளை ஒருபுறமாக சாய்த்துக்கொண்டு, எவரையோ அடிக்கப்போகிற மாதிரியே வேகமாக நடப்பேன் (என்று சிலர் சொன்னதுண்டு).

கட்டுரையில் சொல்லவரும் விஷயம் நடை பற்றியதல்ல. அதற்கு முன் அங்கே நான் பாத்திராத நடையாளி ஒருவரை பார்த்தேன். மனிதரின் நடை நல்ல வேகம். என்னைபோல அவர் சுற்றிமுற்றி

நடப்பவர்களை எல்லாம் வேடிக்கைப் பார்க்காததும் அதற்கு காரணமாக இருக்கலாம். அவர்தான் எவரையும் பார்க்கவில்லையே தவிர, அவரை எவராலும் கவனிக்காமல் இருக்க முடியவில்லை. மனிதர் வந்த ஒரிரு நாட்களிலேயே பிரபலமாகிவிட்டார்.

காரணம் அவர் டிரவுசர் பாக்கெட்டில் இருந்த டிரான்ஸிஸ்டரும் அதிலிருந்து சத்தமாக ஒலித்த பாட்டுச்சத்தமும்தான். அவர் எந்த இடத்தில் எவ்வளவு தூரத்தில் நடக்கிறார் என்பதைப் பற்றி எவருக்கும் துளிகூட சந்தேகம் வாராத அளவுக்கு அந்த ரேடியோவில் இருந்து பா(கா)ட்டு கத்தல் இருக்கும்.

பெரும்பாலும் அந்த பூங்கா அமைதியாகத்தான் இருக்கும். ஒரே ஒரு பக்கம் மட்டும் சிலர் தரையில் தார்ப்பாலின் விரித்து, முட்டி மடித்து அமர்ந்து, யோகா செய்வார்கள். கடைசியாக எல்லோரும் ஒருசேர கைதட்டுவார்கள் (அவர்களையே பாராட்டிக்கொள்ளுகிறார்களோ என்று முதல் முறை பார்ப்பவர்கள் நினைத்துக்கொள்ளக்கூடும்) கிளம்புவதற்கு முன், ஆஹாகாகா ! ஆஹாகாக!! ஓகோகோ!!! என்று மிகவும் சத்தமாக சிரிப்பார்கள் (மற்றவர்களைப் பார்த்தல்ல. அதுவும் ஒரு சிகிச்சையாம். லாஃப்ட்டர் தெரப்பி). அவர்கள் சத்தம், மற்றும் எப்போதேனும் கேட்கும் ஒரு சில போன் பேச்சுகள் தவிர மற்றபடி அங்கு முழு அமைதிதான். எனக்கு என்னுடன் பேசிக்கொள்ள அந்த இடமும் நடையும் மிகவும் ஏதுவாக இருக்கும்.

இப்படி நடக்கப்போன இடத்தில், இவர் என்ன இப்படி சத்தமாக ரேடியோ கேட்டுக்கொண்டு என்று அவர்மீது முதலில் கோபம் வந்தது. அது ஏதோ சுவாமி பாட்டுதான். ஆனாலும் என்ன? அவர் விரும்பியதை நடக்க வைத்திருக்கும் மற்ற அனைவரும் கேட்டுத்தான் ஆகவேண்டுமா என்ன? 'கொஞ்சம் கூட இங்கிதம் இல்லாமல் பலரும் அமைதி தேடிவரும் இடம் என்று யோசிக்காமல்.. இப்படிச் செய்கிறாரே!' அவரிடம் எப்படி, யார் சொல்லமுடியும்? என்று நினைத்தேன்.

சொல்லவரும் விஷயம் அதுவுமல்ல. அவர் அப்படியே (ரேடியோவுடன்) போகட்டும். அவரைபோல எவ்வளவோ பேர் எத்தனையோ இடங்களில் இதுபோல ஏதாவது செய்துகொண்டுதான் இருக்கிறார்கள். இதை எழுதும் போதுகூட (ரயிலில்) எதிரில் அமர்ந்திருக்கும் ஒருவர் செல்பேசியில் அந்த கூப்பே முழுமைக்கும் கேட்கும்வண்ணம் சத்தமாக பேசிக்கொண்டிருக்கிறார். இப்படியெல்லாம் பேசலாமா... சரியா... நாகரிகமா?. 'அதானே!' என்று உங்களுக்கும் தோன்றும்.

இப்படி பொது இடங்களில் சத்தமாக பேசுவது நாகரிகம், இங்கிதம் இல்லை என்றாகிவிட்டது. முன்பெல்லாம் (இப்போதும் தொடரும்)

கல்யாணவீட்டு சவுண்டு செட். (சிறிய ஊர்களில்) ஊருக்கே கேட்கும் எம்ஜியார் சிவாஜி பாட்டுகள். அதற்கு முன்பு தியகராஜ பாகவதர், பி.யு. சின்னப்பா பாட்டுக்கள். இன்னமும் பல ஊர்களில் கோவில் திருவிழாக்களில் மாரியம்மன் பாட்டுகள். மொத்த தெருவுக்கே கேட்டும்... பின்பு வந்தன வால்வு ரேடியோக்கள். வீட்டுக்கு வீடு வைத்துகொள்ளலாம். வீட்டில் வைத்து பாட விட்டால், வீடு மொத்தத்துக்கும் கேட்கும்.

ஆனால், ரேடியோ என்பது அது இருக்கும் வீட்டுக்கு மட்டும்தான். மொத்த தெருவுக்கோ, ஊருக்கோ பிரச்னை இல்லை. மற்றவர்கள் வேறு ஏதும் செய்யலாம். தொந்திரவில்லாமல். ஆனாலும் வீட்டிற்குள் இருப்பவர்களுக்கு வேறு வழியில்லை. அதைக் கேட்டுத்தான் ஆகவேண்டும். அடுத்து வந்தது பாக்கெட் ரேடியோ. டிரான்சிஸ்டர். ஆளுக்கு ஒன்றுகூட வைத்துக்கொள்ளலாம். வேண்டுமானாலும் கேட்கலாம். வேண்டாவிட்டால் வேறு எதும் செய்ய விரும்பினால், அணைத்துவிடலாம்.

ஆனாலும், உடன் இருப்பவர்கள், அதே அறையில் இருப்பவர்களுக்கு கேட்கும். அதையும் தாண்டியாயிற்று. பிரைவசி எனப்படும் தனிநபர் சுதந்திரம் முக்கியம் ஆகிவிட்டது. அதை சாத்தியமும் ஆக்கியாகி விட்டது.

வாக்மென் வந்தது. காதுக்குள் குமிழை வைத்துக்கொண்டுவிட்டால், பாட்டு அவருக்கு மட்டும் காதுக்குள் வந்துவிழும். பின்பு புளுடூத். எவ்வளவு அறிவியல் தொழிநுட்ப மாறுதல்கள். இந்த துறையில் மட்டும்தான் என்றில்லை... எல்லாத் துறைகளிலும்!

சொல்ல வருவது அறிவியல் வளர்ச்சி பற்றியுமல்ல.

பொது இடங்களில் வேறு எவருக்கும் தொந்திரவில்லாமல் நாம் கேட்கவேண்டியதைக் கேட்கலாம். அதற்கான வசதிகள் வந்தாயிற்று. பலரும் அதையே செய்கிறார்கள். பூங்காவில் பார்த்த நபரைப் போன்ற மிகச் சிலரைத் தவிர. அதனால் வந்திருக்கும் சமூக மாற்றம், சிந்தனை மாற்றம். அதனால்தான் சத்தமாக கேட்பது பேசுவது நாகரிகமில்லை என்று நினைக்கத்தோன்றுகிறது. முன்பு சரியாக இருந்தது இப்போது சரியில்லை என்றாகிவிட்டது.

எல்லாம் மாறுகின்றன. அவற்றில் பலரும் முன்னேற்றமாகவே இருக்கின்றன. அவற்றை எல்லோருமே சந்தோஷமாகப் பயன்படுத்து கிறோம். இருபது முப்பது ஆண்டுகளுக்கு முன்பாக குறிப்பிட்ட முக்கியமான புத்தகம் தேடி அலைந்தவர்களுக்கு அதன் சிரமம் தெரியும். கிடைக்கவே கிடைக்காது. திரையிடப்பட்டபோது

தவறவிட்ட திரைப்படங்களை காண்பது, கேசட்டுகள் கண்டுபிடிப்பு வரும் வரை எளிதாகவா இருந்தது? அதைக்காட்டிலும் சுலபமாக்கிய சிடியை விடவும் அடுத்து வந்த இணையதள தரவிறக்கமும், ஐ பாடும் மேலும் சுலபமாக்கிவிடவில்லையா?

நடந்தே போவதும் போவதும், மாட்டுவண்டிகளும், கடிதாசி போடுதலும், டிரங்கால்களும் மாறிப்போனது என்ன சிரமமாக கொடுக்கிறது? வளர்ச்சி இல்லாமல் முடியாது என்பதல்லவா நிலை!

பாட்டு, உணவு, படங்கள், படிப்பு வீடு, ஊர், வண்டிகள், உலகம் எல்லாம் மாறிவிட்டன. மாறவே செய்யும். மாறுவதுதான் இயற்கை. ஏதாவது புதிதாக செய்தாகவேண்டும் என்பதுதான் ஒவ்வொரு மனிதனின் துடிப்பும். எல்லோருக்கும் அவர்களை காட்டிக்கொள்ள, நிரூபித்துக்கொள்ள, நிலைநாட்டிக்கொள்ள வேண்டியிருக்கிறது. அதனால் ஏதாவது செய்துகொண்டேயிருக்கிறார்கள். இருந்து இருந்தபடியே இருக்க, அவர்கள் பொம்மைகள் இல்லை.

செல்போன் ஆரம்ப கால மாடல்களுக்கும் தற்சமயம் வந்திருக்கும் மாடல்களுக்கு இடையேதான் எவ்வளவு வேறுபாடு! எல்லாம் சொற்ப பத்து, பதினைந்து வருட காலத்தில்! விவசாய முறை மாறுகிறது, உண்கிற உணவு மாறுகிறது. வேலை செய்யும் நேரங்கள், வேலைகொடுக்கும் தேசங்கள், சம்பாரிக்கும் கரன்சிகள், சம்பளத்தில் உள்ள இலக்கங்கள். எதுதான் அப்படியே இருக்கிறது?

அலைகற்றைகளில் 1 ஜி, 2 ஜி போய் 3 ஜி, 4ஜி வந்துவிட்டது. 5, 6 எல்லாம் வரலாம். அல்லது அந்த டெக்னாலஜியே மாறலாம். எல்லாம் இனி இப்படித்தான் வேகமாக வரும். வேறு வழியில்லை.

சொல்லவருவதற்கு வந்தாயிற்று. சில ஆண்டுகள் சரித்திரம் உள்ளவையே இவ்வளவு மாறினால், மனிதன் எத்தனை பழைய ஆள். அவன் மாடல் எத்தனாவது ஜி ! லட்சம் ஜி இல்லாவிட்டாலும் சில 'ஆயிரம் ஜி'க்களாவது இருக்காது!! அவனிடம் மாறுதல்கள் வராமல் இருக்குமா? அவன் எப்படி அப்படியே இருக்க முடியும்? மாறவே செய்வான். அனுசரித்துக்கொள்ள வேண்டும்.

அனுசரித்துக்கொள்பார்கள் நிம்மதியாக இருக்கிறார்கள். இல்லாதவர்கள் சிரமப்படுகிறார்கள்.

மைக்குரோசாப்ட் எம்.எஸ்.ஆபீஸ் மாடல்கள் வேறு. MS Office 2000 வேறு. 2003, 2007, 2010, 2016. 17 எல்லாம் முன்னதைவிட மேம்பட்டவை. பின்னதில் உருவாக்கியனவற்றை முன்னதில் பயன்படுத்த முடியாது.

எல்லோருடனும் சகஜமாக பழக நாம் தான் நம்மை 'அப்கிரேட்' செய்துகொள்ளவேண்டுமே தவிர அவர்களை எல்லாம் நமக்காக பழைய 'மாடல்' லிலேயே இருக்கச் சொல்லமுடியாது. காரணம், அவர்களுடைய உலகத்தில் பெரும்பாலானவர்கள் புதிய விதங்களில் இருக்கிறார்கள்.

எல்லாம் மாறிக்கொண்டிருக்க, மக்கள் மட்டும் நம் பிள்ளைகளும் அவர்களை கட்டிக்கொண்டவர்களும் மட்டும் அப்படியேவா இருக்கமுடியும்?

'அந்தக்காலத்தில்...', 'நான் படிக்கும் போது...', 'நான் எப்படி ஸ்கூலுக்கு போனேன் தெரியுமா?' 'எங்கப்பா முன்னாடி உட்காரக்கூட மாட்டேன்..நின்னு பேச மாட்டேன். அவ்வளவு பயம், மரியாதை'. சொல்லலாம். சரிதான். ஆனால் இன்று அப்படி எதிர்ப்பார்க்க முடியாது. எதிர்பார்கவேண்டாம். சிரமமே மிஞ்சும்.

எல்லாம் மாறிக்கொண்டிருக்க, நம்மோடு நடந்துகொள்ளும் விதம் மட்டும் அவர்களிடம் மாறக்கூடாது என்றால் அது எப்படி சாத்தியமாகும்? தினசரி பூக்கும் பூக்களைபோல அவர்கள் வாழ்க்கையில் மாறுதல்கள் அடுக்கடுக்காய், அலையையாய் வந்துகொண்டேயிருக்கின்றன. அவர்கள் பூத்திருப்பது புதிய உலகத்தில், சந்திப்பது கூடுதல் சவால்களை, பெற்றிருப்பது முன்னில்லாத வசதிகளையும் வாய்ப்பு களையும். நாம் நம் பெற்றோர்களைவிட கூடுதலாக பெற்றதை போலவே.

அவர்கள் தலைமுறை வேறு. அவர்களின் அனுபவங்கள், படிப்பு நண்பர்கள் எல்லாம் வேறு. எல்லாம் மாறுகிறது என்று குறைபட்டுக் கொள்ளவேண்டாம், புலம்பவேண்டாம்.

எல்லாம் மாறும். எதுவும் நிற்காது. யாருக்காகவும் அப்படியே இருக்காது. இதுதான் நிஜம். நாம் வெற்றியாளரேதான். சாதித்தவர் சம்பாரித்தவர் பலருக்கும் கொடுத்தவர் செய்தவரேதான். அதனால் என்ன?

அதையே சொல்லிக்கொண்டிருக்க மாட்டார்கள். பழையதையே பாராட்டிக்கொண்டிருக்க மாட்டார்கள். நம்மைச் சுற்றியே உலகம் ஓடிக்கொண்டிருக்க முடியாது. ஓடுகிற ரயில் நாமும் ஒரு பெட்டி. ஸ்டேஷனைத் தாண்டி நகர்ந்தே ஆகவேண்டும். வேறு பெட்டிகள் வரும், பல பெட்டிகளுடன் வேறு ரயில்களும் வரும். அடுத்தடுத்த நாட்களிலும் இப்படி பல ரயில்கள் ஆயிரக்கணக்கான பெட்டிகளுடன் வந்துகொண்டெயிருக்கும்.

'நமக்கு சௌகர்யமாக இல்லை' என்பது வேறு, அது 'மாறுவது சரியில்லை' என்பது வேறு. பின்னதை நாம் சொல்லமுடியாது. மனது ஏற்றுக்கொள்ளதவரைதான் பிரச்னை. ஏற்றுக்கொண்டுவிட்ட அடுத்த வினாடியே கனம் குறைந்துபோகும். மனது தக்கையாகிவிடும். அழுத்தம் பறந்துபோகும்.

சொல்வது இதைத்தான்.

ரகசியமாக, உங்களுக்கு மட்டும் சொல்லுகிறேன்.

இன்றைய உலகம் என்பது நேற்றைய உலகின் தொடர்ச்சிதான். ஆனால் நேற்றைய உலகமல்ல.

அனுசரித்துப் போகிறவர்களுக்கு கண்டிப்பாக மன அமைதி உண்டு.

16

வையத்தலைமை கொள்

'அச்சம் தவிர்' என்று தொடங்கி, 'ஆண்மை தவறேல்' என்று தொடர்ந்து..'வேதம் புதுமை செய்' என்று 108 வதாகச் சொல்லி, 'வையத்தலைமை கொள்' என்று 109 வதாக சொல்லும் பாரதியின் புதிய ஆத்திச்சூடி பற்றித் தெரிந்திருக்கலாம்.

அதில் 'சனி நீராடு' என்று பாரதி சொல்லுவது சனிக்கிழமை நீராடுவது பற்றி அல்ல, சனி என்றால், குளிர்ந்த நீர் என்று பொருள் என்றும் 'பெரிதினும் பெரிது கேள்' என்பதும் பாரதியின் புதிய ஆத்திசூடியில் வருவதுதான் என்பதும் நான் சமீபத்தில் உணர்ந்துகொண்டவை.

பாரதி மட்டுமல்ல. பாரதிதாசன், தமிழண்ணல், டாக்டர் சஞ்சீவி, வ.சுப மாணிக்கம் என்று பலரும் கூட அவரவர்கள் முக்கியம் என்று நினைப்பவற்றை அவர்கள் தெரிவிக்கும் 'புதிய ஆத்திச்சூடியாக' எழுதியிருக்கிறார்கள்.

பாரதியின் 'வையத்தலைமை கொள்' என்ற வரியைத் தலைப்பாகக் கொண்டு பேச, தயாரித்தபோது, பாரதி பற்றி பாரதிதாசன் பாடிய பாடல் ஒன்றைப் படிக்கும் வாய்ப்புக் கிடைத்தது.

தமிழரின் உயிர் நிகர் தமிழ் நிலை தாழ்ந்ததால்
இமை தழுவாதிருந்த வேளையில்,
தமிழகம் தமிழுக்குத்தகும் தகுதி உயர்வளிக்கும்
தங்கத்தலைவனை எண்ணி தவம் கிடக்கையில்
இலகுபாரதி புலவன் தோன்றினான்.

அவன் ஒரு பைந்தமிழ்த் தேர்ப்பாகன்,
செந்தமிழ்த்தேனி, செந்தூர்க்குத்தந்தை,
நாட்டைக் கவிழ்க்கும் பகை கவிழ்க்கும் கவி முரசு.
நீடுதுயில் நீக்கப்பாடிவந்த நிலா.
காடுகமழும் கற்பூர சொற்கோ;
திறம்பாட வந்த மறவன், புதிய அறம்பாட வந்த அறிஞன்.
நாட்டில் படரும் சாதிப்படைக்கோர் மருந்து;
மண்டும் மதங்கள் அண்டா நெருப்பு அவன்.
அயலார் எதிர்ப்புக்கு அணையா விளக்கு அவன்.
தமிழால் பாரதி தகுதி பெற்றதும், பாரதியால் தமிழ் தகுதி பெற்றதும்..
என்னவென்று சொல்லுவேன் என்னவென்று சொல்லுவேன்!

பாரதி சொல்லுகிற வையத்தலைமைகொள் என்கிற செய்தி எவ்வளவு வலுவான செய்தி! நம்மை உயர்வுக்குத்தள்ளும் அறிவுரை!! உயரத்தை, உச்சத்தை இலக்காக்கும் ஆணை!!!

பாரதி, பராசக்தியிடம் கேட்பான், தேடிச்சோறு நிதம் தின்று, பல சின்னஞ்சிறு கதைகள் பேசி, மனம்வாடித் துன்பம் மிக உழன்று, பிறர்வாட செயல்கள் செய்து, நரைகூடி கிழப்பருவம் எய்தி, கொடுங்கூற்றுக்கு இரையெனப் பின் மாயும் பல வேடிக்கை மனிதரைப் போல மாய்வேன் என்று நினைத்தாயோ! என்று.

நாம் வேடிக்கை மனிதர்கள் ஆகிவிடக்கூடாது. வெற்றிபெற வேண்டும் என்பது செய்தி.

உலகின் ஒரு ஓரத்தில், பாரதத்தின் தென்மூலையில் இருந்துகொண்டு நம்மவன் சொல்லுகிறான் 'வையத்தலைமைகொள்'. அவன் மட்டுமா? மகரிஷி சொல்லுகிறார், 'வாழ்க வையகம், வாழ்க வளமுடன்'. கணியன் பூங்குன்றனார் சொல்லுகிறார், 'யாதும் ஊரே, யாரும் கேளிர்'. 'எல்லோரும் இன்புற்றிருக்க நினைப்பதுவே அல்லாமல் வேறு ஒன்றும் அறியேன் பராபரமே' என்பது திருமூலரின் கூற்று.

நம்மவர்கள் எப்படி நினைக்கிறார்கள் பாருங்கள்! எவ்வளவு விசாலமானது அவர்கள் மனது; எத்தனை பரந்துபட்டது அவர்கள் உள்ளம்! என்ன ஒரு உயர்வான லட்சியங்கள்! என் சிறு வீடல்ல. என் ஊரல்ல. என் நாடுமட்டுமில்லை. பூமியே..., பிரபஞ்சம் முழுவதுமே எனக்கு சொந்தம் என்பது போன்ற நினைப்புக்கொண்டவர்கள்.

வேடிக்கை மனிதர்கள் சிலரோ, ஏதோ ஒரு படிப்பு, ஏதோ ஒரு வேலை, ஏதோ எப்போதோ ஒரு வீடு, ஏதோ வருமானம்.. என்று

இருக்கிறார்கள். இல்லை. கூடாது. அது சரியில்லை. நம் பிறப்புக்கு நியாயம் செய்யவேண்டும். செய்துகாட்டவேண்டும்.

வைய்த்தலைமை என்றால் உலக அளவில் தலைமை. அலெக்ஸாந்தர், நெப்போலியன் போல, நாடுகள் பிடித்து அல்ல. அதுமட்டுமே அல்ல, உலகத்தின் தலைமை என்பது.

மேன்மையாகச் செய்வது, உன்னதமாகச் செய்வது, உச்சம் தொடுவது எல்லாமே வெற்றிதான். எதைச் செய்கிறோமோ அதில் உன்னதம். அதில் சிறந்த செயல். 'பெஸ்ட் சப்ளையர்', 'பெஸ்ட் எம்ப்ளாயி', 'பெஸ்ட் ஸ்டூடண்ட்'. அது, எதுவாகவும் இருக்கலாம்.

2016 ஒலிம்பிக்ஸில் பேட்மிண்டனில் வெள்ளிப்பதக்கம் வென்ற பி.வி.சிந்து, எல்லோராலும் பாராட்டப்படும் கிரிக்கெட் வீரர் விராட் கோலி, சதுரங்கத்தில் வெற்றிக்காய் நகர்த்தும் விஸ்வநாதன் ஆனந்த், கூகிளின் தலைமை இடத்தில் அமர்ந்திருக்கும் சுந்தர் பிச்சை, இசையில் உச்சம் தொட்டிருக்கும் இளையராஜா, ஏ.ஆர் ரஹ்மான் எல்லோருமே தலைமை இடங்களில் இருப்பவர்கள்தான்.

திருச்சியில் இருக்கும் BHEL என்கிற நிறுவனம் நிறுவனங்களின் உலக வரைபடத்தில் அவ்வளவு முக்கியமானது இல்லை. அதைவிட பல பெரிய நிறுவனங்கள் இருக்கின்றன. ஆனால், அதே நிறுவனத்தின் ஒரு பகுதியாக இருக்கும் வெல்டிங் ரிசர்ச் யூனிட் WRI, உலக வெல்டிங் வரைபடத்தில் ஒரு முக்கியமான இடம்.

வெற்றி என்றால், உச்சம் என்றால், நாமாக பணம் என்றோ பதவிகள் என்றோ விருதுகள் என்றோ புரிந்துகொண்டிருக்கிறோம். இல்லை. வெற்றி பெற எவ்வளவோ இடங்கள் இருக்கின்றன. வெல்டிங் என்கிற ஒரு விஷயத்தில் திருச்சி WRI இடம்பிடித்ததைப்போல.

கூகுள் பற்றி தெரிந்திருக்கும். கூகுள் என்பது சர்ச் இஞ்சின் மட்டும் என்றுதான் பலரும் நினைத்துக்கொண்டிருக்கிறார்கள். அதில், ஜி மெயில், கேலண்டர், டாக்குமெண்ட்ஸ், இமேஜஸ், ப்ளாக்ஸ், டிரான்ஸ்லேட்டர், யூடியூப், நியூஸ் மற்றும் பைனான்ஸ் என்று பல பகுதிகள் உண்டு.

இதே போல, உலகத்தில் ஜெயித்துக்காட்ட, நம் முத்திரையைப் பதிக்க ஒன்றல்ல இரண்டல்ல எவ்வளவோ இடங்கள் இருக்கின்றன. ஒலிம்பிக்ஸ், ஆஸ்கார், நோபல், மிஸ் வேர்ல்ட் மற்றும் வோர்ல்ட் கப் ஆகியவை மட்டுமே உலகத் தலைமைகள் என்றால், நம்மில் எவ்வளவு பேரால் அதில் வெற்றிபெற முடியும்? இவற்றை நோக்கியே எல்லோரும் ஓடவேண்டும் என்பதில்லை.

கார்ல்மார்க்ஸ், மாகத்மா காந்தி, விவேகானந்தர், எடிசன், ஐயின்ஸ்டைன், அன்னை தெரசா எல்லாம் ஓடியது எவற்றை நோக்கி? அவர்கள் தொடாத உச்சமா? நாமே உலகத்தை சுருக்கிக்கொள்ள வேண்டாம். எவ்வளவோ இருக்கிறது. மைக்ரோசாப்ட், கூகுள், ஈ பே, பேஸ்புக், ஆப்பிள் எல்லாம் முந்தைய உலகத்தில் இல்லாதவை. சிலர் அவற்றை உருவாக்கி, அதன் தலைமை இடத்தில் உட்கார்ந்து கொண்டிருக்கிறார்கள். அவர்களே உருவாக்கிக்கொண்ட நாற்கலிகள், சிம்மாசனங்கள்! தலைமைப்பீடங்கள்.

மகாத்மாகாந்தி, டாடா, அப்துல் கலாம் எல்லாம் எப்படிப்பட்ட உயரங்களைத் தொட்டுப்போயிருக்கிறார்கள்! அம்பானி எத்தனையோ வகைகளில் உதாரணம் கொள்ளத்தக்கவர் இல்லைதான். ஆனால், சிலவற்றில் அவரை முன்மாதிரியாகப் பார்க்கலாம். பாலியஸ்டர் கிலோ 180 ரூ விற்கையில், அதை 16 ரூபாய்க்குத் தயாரிக்க நினைத்தார், செய்தார். பெட்ரோலியம் ரிபைனரி மற்றும் டெல்காம் விஷயங்களிலும் அப்படிப்பட்ட மிக கடிமான இலக்குகளை உருவாக்கிக்கொண்டு, செய்துகாட்டினார்.

ஐன்ஸ்டைன் சொல்கிறார், நான், 'அது ஏன் இப்படி? இது ஏன் இப்படியில்லை? என்பதுபோன்ற கேள்விகளுடன் இயங்குகிறேன். வெற்றிபெறுகிறேன்'. ஆப்பிள் ஏன் கீழே விழுகிறது என்று நியூட்டன் ஆர்வம் கொண்டார், இந்தியர்கள் ஏன் அவமானப்படவேண்டும் என்று காந்தி கேள்வி கேட்டுக்கொண்டு விடை தேடினார், எதை வைத்து ஒளி உருவாக்கலாம் என்று தாமஸ் ஆல்வா எடிசன் கேள்வி கேட்டுக்கொண்டார்.

எல்லோருமே அப்படிப்பட்ட விஷயங்களைத்தான் யோசிக்க வேண்டும் என்பதில்லை. அவரவர் வேலையில் யோசிக்கலாம். ஏன் லட்ச ரூபாய்க்கு கார் கொடுக்கமுடியாது என்று ரத்தன் டாட்டா யோசித்ததைபோல. மைசூர்பாகு ஏன் கடினமாகவே இருக்க வேண்டும் என்று கிருஷ்ணா ஸ்வீட்ஸ் யோசித்ததைபோல.

ஐயின்டைன் சொல்கிறார், 'நான் ஒன்றும் பெரிய அறிவாளி (ஸ்மார்ட்) எல்லாம் இல்லை. நான் எடுத்துக்கொண்டதில் கூடுதல் நேரம் செலவிடுகிறேன் அவ்வளவுதான்.' சிலருடைய வாழ்நாள் முழுவதுமே ஒரே ஆராய்சியில் போகிறது. ஏதோ உருப்படியாக செய்துவிட்டு, கொடுத்துவிட்டுப் போகிறார்கள். Staying longer. எது ஒன்றை தொடந்து செய்தாலும் அதில் உச்சம் தொடலாம். மூளை மட்டுமல்ல, நம் உடம்பின் திசுக்கள் கூட அறிவுள்ளவை. விளையாட்டு வீரர்கள் உச்சம் தொடுவது தொடர் பயிற்சியால்தான்.

முப்பது ஆண்டுகள் ஒருவர், வாரம் ஐந்து நாட்கள், தினம் எட்டு மணி நேரம் ஒருவேலையைச் செய்தால், அவர், அதில், 64 ஆயிரத்து 500 மணிநேரங்கள் செலவிடுகிறார். அவர் அதில் மாஸ்டர் ஆகிவிட மாட்டாரா? எதைத் தொடர்ந்து, ஆழ்ந்து செய்தாலும், அதில் வெற்றி நிச்சயம். விவேகானந்தரின் சொற்பொழிவுகளைப் படிக்கப் படிக்க ஆச்சரியம் மிகுகிறது. தொடர்ந்து வியக்கிறேன். 100 ஆண்டுகளுக்கு முன்பே எவ்வளவு தெளிவாக எளிமையாக சொல்லியிருக்கிறார். அவர் சொல்லுகிற கர்மயோகம் இதுதான். அவர் சொல்லுகிறார், 'முடிவையும் வழியையும் ஒன்றாக்கு'. 'எந்த வேலை செய்தாலும் வேலைக்கு அப்பால் உள்ள எதைப்பற்றியும் நினைக்காதே'. 'சுயநலம் இல்லாமல் செய்'

ஆப்ரகாம் மாஸ்லோவின் Hierarchy of Needs பிரமாதம். அதில் வரும் 'செல்ப் ஆக்சுவலைசேஷன்' என்ன ஒரு அற்புதமான விளக்கம் என்று முன்பு வியந்திருக்கிறேன். அதையேதான் விவேகானந்தர் கர்மயோகம் என்று மாஸ்லோவுக்கு முன்பாகவே சொல்லியிருக்கிறார் என்று இப்போது புரிகிறது.

விஷயம் இதுதான். அறிவாளியாக இருக்கக்கூட வேண்டாம். எதைச் செய்துகொண்டிருக்கிறோமோ, செய்யப்போகிறோமோ அதை, சிறப்பாக செய்வது. பலனை எதிர்பார்க்காமல், விடாமல், நேர்த்தியாக செய்வது. அவ்வளவுதான்.

வையத்தலைமை என்பது ஒரு இடமல்ல.

ஒரே இடமும் அல்ல.

ஒருவருக்கானது அல்ல.

கொடுக்கப்பட்டதும் மற்றவர்களுக்கு இல்லை என்று ஆகிற 'அளவான' பொருள் அல்ல.

எதை செய்பவரும், அவர் செய்வதில் அடையக்கூடியது.

எல்லோருக்கும் சாத்தியம் ஆவது.

17

உறுதி மட்டுமே வேண்டும்

'நீ என்ன ஆக விரும்புகிறாய்?'

அநேகமாகப் பலராலும், மாணவ மாணவியர்களிடம் அதிகம் கேட்கப்படும் கேள்வி இதுவாகத்தான் இருக்கும். அதிலும் குறிப்பாகப் பதின்பருவத்தில் இருக்கும் பிள்ளைகளிடம்.

இந்த கேள்விக்கு எப்படிப்பட்ட பதில்கள் வரும்?

இருபது முப்பது ஆண்டுகளுக்கு முன்பெல்லாம் பெரும்பாலான மாணவர்கள் கண்டிப்பாக, டாக்டர் அல்லது இன்ஜினியர் ஆக வேண்டும் என்றுதான் பதில் சொல்லுவார்கள். தற்போது நிலைமையில் மாற்றம் வந்திருந்தாலும்கூட இன்னமும் அநேகர்களிடம் இருந்து வரும் பதில்களில் மாற்றம் இல்லை.

பதில் என்னவாகவும் இருக்கட்டும். விரும்புவதாகச் சொல்லுவதை அவர்கள் அடைகிறார்களா?

இது நாம் எழுப்பும் கேள்வி!

ஏதோ ஒன்றை விரும்புகிறார்கள். விரும்புவதை அடைய வேண்டும் அல்லவா? எல்லோரும் அடைவதில்லை. ஒருவர், அவர் விரும்புவதை அடையமுடியாமல் போய்விடுவதற்கு எது காரணமாக இருக்கும்?

பள்ளி மாணவ மாணவியர்கள் மட்டுமல்ல. எல்லா வளர்ந்தவர்களும் மெத்தப் படித்தவர்களும் செல்வந்தர்களும்கூட அவர்கள் விரும்புபன வற்றை அடைந்துவிடுகிறார்கள் என்று சொல்லமுடியாது.

பலரும் அவர்கள் ஆசைப்படுபனவற்றை அடையமுடியாமல் போவதற்கு என்ன காரணங்கள் இருக்க முடியும்?

என்னைக் கேட்டால் காரணங்கள் அல்ல. ஒரே ஒரு காரணம்தான். அது, விரும்புவதை அடைந்தே திருவேன் என்ற உறுதி அவர்களிடம் இல்லாததுதான்.

'மனதில் உறுதி வேண்டும், வாக்கினில் இனிமை வேண்டும்,....' என்று பாரதியார் பாடினார்.

நான் சொல்லுவதும் மனவுறுதி பற்றித்தான். ஆனால் நான் என் அனுபவத்தில் பார்த்தை வைத்துச் சொல்லுகிறேன், நினைத்தை அடைய, உறுதி மட்டுமே வேண்டும். ஆமாம் தேவைப்படுவது அது மட்டுமே.

நினைத்தை அடைவதில் வெற்றி பெற்றவர்களுக்கும், வெற்றியைத் தவறவிட்டவர்களுக்கும் இடையே உள்ள ஒரே ஒரு வேறுபாடு இந்த உறுதிதான். உறுதியாக இருப்பவர்கள் நிச்சயம் வெற்றிபெறுகிறார்கள்.

நான் டாக்டர் ஆகவேண்டும் என்று ஆசைப்படுபவர்கள், விருப்பப் படுபவர்கள், ஆகியே திருவேன் என்று உறுதியாக இருப்பவர்கள். இவர்களுக்குள் வித்தியாசம் உண்டா இல்லையா?

எவர் வேண்டுமானாலும் எதில் வேண்டுமானாலும் சாதிக்கலாம். தடையேதுமில்லை. உறுதி மட்டும் இருந்தால் போதும்.

என்ன ஆனாலும் சரி. ஆகியே திருவேன். டாக்டர் ஆக மட்டுமில்லை. எவ்வளவு மார்க் வாங்க வேண்டும் என்றாலும், எந்தப் படிப்பில் எந்தக் கல்லூரியில் சேர வேண்டும் என்றாலும், எந்த வேலையில் சேர வேண்டும் என்றாலும் முடியும். எவராலும் முடியும்.

எந்தத் தொழிலிலும் வியாபாரத்திலும் ஆராய்ச்சியிலும் முயற்சியிலும் வெற்றி பெறலாம். அதற்குத் தேவை ஒன்றே ஒன்றுதான். அதன் பெயர் கமிட்மெண்ட்.

கமிட்மெண்ட் என்றால்? உறுதியாக இருப்பது என்றால்?

என்ன ஆனாலும் சரி, எதை இழக்கவேண்டிவந்தாலும் சரி... அதை அடையாமல் விடுவதில்லை என்ற ஒற்றை நோக்கு. அதற்காக மற்ற எல்லாவற்றையும் விட்டுக்கொடுக்கத் தயார் என்ற மனநிலை. அது மட்டுமே முக்கியம் மற்றவை எல்லாம் அதற்குபின்தான் என்ற தெளிவு, அதற்கு ஏற்ற அணுகுமுறை.

இப்படி இருப்பவர்கள் சிலரை உதாரணம் சொல்லமுடியுமா என்று கேட்கிறீர்களா?   என்ன   ஆனாலும   சரி,   எதை

இழக்கவேண்டிவந்தாலும் சரி... ஒரு பொய்கூட சொல்லமாட்டேன் என்று உறுதியாக இருந்த அரிசந்திரன்; என்ன ஆனாலும் சரி, எதை இழக்கவேண்டிவந்தாலும் சரி... தேசத்துக்கு விடுதலை அகிம்சை வழியில் மட்டுமே என்ற மாகாத்மாவின் உறுதி போன்றவை நமக்குத் தெரிந்த உதாரணங்கள்.

கும்பகோணம் பள்ளி ஒன்றில் பத்து ஆண்டுகளுக்கு முன்பு ஒரு தீ விபத்து. தீ கொழுந்துவிட்டு எரிகிறது. வகுப்பறையில் எல்லாம் சின்னஞ்சிறுசுகள். ஆசிரியையும் மனுஷிதான். அவர்களுக்கு இருந்ததும் ஓர் உயிர்தான். அவர்களுக்கும் குடும்பம் உண்டு. தான் எழுந்து ஓடி தப்பிக்க நினைக்கவில்லை. எல்லாப் பிள்ளைகளையும் காப்பாற்றவேண்டும் என்று நினைக்கிறார். அனைத்து குழந்தை களையும் அனுப்பிவைக்கிறார். அந்த கடுமையான தீ விபத்திலும் அவர் கடைசிவரை அங்கு இருந்ததால் அங்கு சூழ்ந்த கரிமில வாயு காரணமாக மயங்கி விழுந்து, எரிந்தே போகிறார்.

வேதாரண்யம் அருகே ஆற்றில் பள்ளிக்கூடப் பேருந்து விழுந்து விடுகிறது. தான் தப்பிக்க முயலாமல், பிள்ளைகளைக் காப்பாற்றுகிறார் ஆசிரியை திருமதி சுகந்தி. ஆறு பிள்ளைகளைக் காப்பாற்றிவிட்டு, ஏழாவதைக் காப்பாற்ற முயற்சி செய்கையில், மூழ்கி அவர் இறந்துபோகிறார்.

ஆந்திரா சதிஸ்கர் எல்லையில் மாவோயிஸ்டுகள் வெடிகுண்டுத் தாக்குதல் நடத்துகிறார்கள்.. அவர்களை எதிர்க்க மாநில அரசின் ஆன்டி மாவோயிஸ்ட் படையினர் (ராணுவத்தினர்) சப் இன்ஸ்பெக்டர் சுரேஷ் பாபு தலைமையில் போகிறார்கள். மாவோயிஸ்ஸ்டுகள் தாக்குதல் உக்கிரமாக இருக்கிறது. எழுபது பேர் கொண்ட மாவோயிஸ்ட் கும்பல் அது. சுரேஷ்பாபு தலைமையில் முன்னேறிய ராணுவத்தினர் ஒன்பது மாவோயிஸ்டுகளைச் சுட்டுக்கொன்று மற்றவர்களை விரட்டி அடிக்கிறார்கள்.

அடுத்த நாள் அங்கிருந்து ஹெலிகாப்ட்டர் மூலம் கிளம்புகையில் சுமார் 200 பேர் கொண்ட மாவோயிஸ்ட் கும்பல் ஹெலிகாப்ட்டரில் ஏறவிடாமல் சுடுகிறது. 14 ராணுவத்தினர் ஹெலிகாப்ட்டரில் ஏறிவிட, மீதம் இருந்த நான்கு பேரும் சுரேஷ்பாபுவும் மட்டும். 'நீங்கள் ஏறுங்கள் நான் பார்த்துக்கொள்ளுகிறேன்' என்று அவர்களுக்குப் பாதுக்காப்பாக சுரேஷ்பாபு மாவோயிஸ்டுகளை நோக்கி சரமாரியாகச் சுடுகிறார். அவர்கள் நால்வரும் ஏறிக்கொள்ள அதற்குள் சுரேஷ்பாபு குண்டடிபட்டு இறந்துவிழுகிறார்.

'கடைசி வரை', 'என்ன ஆனாலும் சரி', 'எதை இழந்தாலும் சரி.'. தான் பாராட்டும், கடைபிடிக்கும், பின்பற்றும், நம்பும், விரும்பும் ஒன்றுதான் முக்கியம் என்று செயல்படுவதுதான் கமிட்மெண்ட்.

துலாபாரத்தின் ஒரு தட்டில் நாம் விரும்புவது இருக்கிறது என்றால், அதற்கு ஈடாக. மறு தட்டில் என்ன தேவைப்பட்டாலும் எவ்வளவு தேவைப்பட்டாலும் வைக்கவேண்டும். அப்படி வைப்பவர்கள் வெற்றி பெறுகிறார்கள். எவ்வளவு என்ற கணக்கு கிடையாது. ஏன் என்ற கேள்வி கிடையாது.

துலாபாரத்தின் ஒரு பக்கம் இருப்பது விரும்பும் வேலை அல்லது முடிக்க வேண்டிய பிராஜெக்ட், கட்டவேண்டிய வீடு அல்லது நல்லுறவு, நட்பு பேணுவது, இறைவனை அடைவது, கொள்கை சார்ந்தது என்று அது எதுவாகவும் இருக்கலாம்.

மறுபக்கம் வைக்கவேண்டியது: நேருகிற அவமானமாகவோ, அதித உழைப்பதோ, மற்ற விருப்பங்களை விட்டுக்கொடுப்பதோ.. பணமோ, நேரமோ, பொழுதுபோக்கோ... என்று அதுவும் எதுவாகவும் இருக்கலாம். விருப்பம் நிறைவேறுகிற வரை வைத்துக்கொண்டே இருக்க வேண்டியதுதான்.

தூங்க வேண்டும், விளையாடவேண்டும், தொலைக்காட்சிபார்க்க வேண்டும், வெளியில் போகவேண்டும், சாட் செய்யவேண்டும்... நல்ல மதிப்பெண் வேண்டும், நல்ல கல்லூரியில், நிறுவனத்தில் சேரவேண்டும்.. என்று வேண்டுவன பட்டியல் நீண்டு இருந்தால். அதில் சில கிடைக்கலாம், சில கிடைக்காமல் போகலாம்.

எல்லாம் முக்கியம் என்றால் எதுவும் முக்கியமில்லை என்றுதான் பொருள். ஒவ்வொரு காலகட்டத்துக்கும் இலக்குகள் வேறுபடலாம். அதுசமயம் அதுதான் என்ற உறுதி வேண்டும். அதுமட்டுமே முக்கியம் என்று அதன்பின் போனால் அது எதுவானாலும் கிடைக்காமல் போகாது.

உறுதி மட்டுமே வேண்டும். உலகையும் வெல்லலாம்.

18

நெல்லிக்காய் அளவில் ஆப்பிளா? ஆப்பிள் அளவில் நெல்லிக்காயா?

ஜெராக்ஸ் கடையோ எஸ்.டி.டி பூத்தோ மெட்ரிகுலேஷன் பள்ளிகளோ அல்லது பொறியியல் கல்லூரிகளோ, வெற்றி தருவது எதுவாக இருந்தாலும் அது தமிழ்நாட்டில் வேகமாகப் பரவும். அப்படிச் சில ஆண்டுகளுக்கு முன் தொடங்கி, மிக மிக அதிகமாகப் பரவியிருப்பது பொறியியல் படிப்பு. தமிழ்நாட்டில் மட்டும் மொத்தம் 550-க்கும் அதிகமான பொறியியல் கல்லூரிகள் இருக்கின்றன. ஒவ்வொரு ஆண்டும் இரண்டேகால் லட்சம் மாணவர்கள் பொறியியல் பட்டப் படிப்பில் சேருவதற்கான இடங்கள் உருவாக்கப்பட்டிருக்கின்றன. சுமார் நூறு கல்லூரிகளில் படிப்பவர்களின் தேர்ச்சி 30 சதவிகிதத்துக்கும் குறைவு.

பொறியியல் பட்டப்படிப்பு குறித்து என்னுடைய மூன்று அனுபவங்களை உங்களுடன் பகிர்ந்துகொள்ளுகிறேன். முதலாவது திருச்சி பெல் நிறுவனத்தில் பணியாற்றிய ஒருவருடைய மகன் பற்றியது. அநேகமாக இது நிகழ்ந்தது 2002 அல்லது 2003ம் ஆண்டாக இருக்கலாம்.

அவர் பெல் நிறுவனத்தில் அட்டெண்டர் வேலை செய்துவந்தார். மகனை ஒரு தனியார் பொறியியல் கல்லூரியில் சேர்த்து படிக்கவைத்து விட்டார். அவன் தட்டுத்தடுமாறி அரியர்ஸ் வைத்து இறுதியாக பி.இ. படிப்பை முடித்தான். அவனுக்கு அவர் என்னை வேலை வாங்கித் தரச்சொன்னார். இப்போது என்ன செய்துகொண்டிருக்கிறான் என்று

கேட்டேன். துவாக்குடியில் ஒரு சிறிய தனியார் நிறுவனத்தில் வேலை பார்கிறான் என்று சொன்னார். சம்பளம் என்ன என்று கேட்டேன். மூவாயிரம் என்றார்.

அதிர்ச்சி அடைந்தேன். இன்றைக்கு பத்து பன்னிரெண்டு ஆண்டுகளுக்கு முன்பே பி. இ படித்தவர்களுக்கு மூவாயிரம் என்பது படு சுமாரான சம்பளம்தான். குறைந்தது ஏழாயிரம் எட்டாயிரமாவது அவன் வாங்கிக்கொண்டிருக்கவேண்டும்.

கண்டிப்பாக முயற்சி செய்கிறேன் என்றும் நான் அதுசமயம் வேலை செய்துகொண்டிருந்த பாண்டிச்சேரியில் ஏதாவது ஒரு நிறுவனத்தில் முயற்சி செய்கிறேன் என்றும் சொன்னேன். அவர் அங்கெல்லாம் வேண்டாம் என்றார். பையனைத் தனியாக அவ்வளவுதூரம் அனுப்ப முடியாது என்றார். திருச்சியைக் காட்டிலும் அவர் குடியிருந்த பெல் ஊரகத்துக்கு துவாக்குடி பக்கம் என்பதனால்தான் அங்கே அனுப்புகிறாராம்.

அடுத்த அனுபவம் விஜய் தொலைக் காட்சியில் 'என் தேசம் என் மக்கள்' நிகழ்ச்சியில் கலந்துகொண்டபோது கிடைத்தது. இப்போதும் அதை யு-டியூபில் (இணையத்தில்) பார்க்கலாம். www.youtube.com/watch?v=FW2SgGfF&Wg>

நிகழ்ச்சிக்குப் பொறியியல் படித்துவிட்டு சரியான வேலை கிடைக்காதவர்கள் அதிகம் பேர் அழைக்கப்பட்டிருந்தார்கள். அதில் ஒரு குடும்பம் வீட்டில் இருந்த நகைகள் போன்றவை தவிர இருந்த ஒரே இடத்தையும் விற்றுவிட்டு மகனைப் படிக்க வைத்தவர்கள். அவர்கள் பகிர்ந்துகொண்ட அனுபவங்களைக் கேட்டது மிகவும் வேதனையாக இருந்தது.

மூன்றாவது அனுபவம் ஒரு வங்கிக்கிளையில் கிடைத்தது. அங்கு பணியற்றும் ஒரு கடைநிலை ஊழியர் அவரது மகனை ஒரு தனியார் பொறியியல் கல்லூரியில் சேர்த்திருக்கிறார். அங்கு மாணவர்களுக்குக் கெடுபிடிகள் அதிகம். சவரம் செய்துகொண்டுவரவில்லை என்று ஒருநாள் வகுப்பறையில் இருக்கையில் அவனை அழைத்து, வெளியில் போய் சவரம் செய்துகொண்டு வா என்று அனுப்பிவிட்டார்கள். கடைக்குப் போகாமல் அவன் வீட்டுக்குப் போய்விட்டான். மறுநாள் போனவனை உள்ளே அனுமதிக்கவில்லை. 'பெற்றோருடன் வா' என்று சொல்லி அழைத்து, பலர் முன்பாக கண்டித்திருக்கிறார்கள். அவமானத்தில் குறுகிப் போய் இனி அந்தக் கல்லூரிக்கே போகமாட்டேன் என்கிறான் மகன். படிப்பது மூன்றாம் ஆண்டு. பெற்றோருக்கு என்ன செய்வது என்று புரியவில்லை. வங்கியில் கடன் வாங்கிப் படிக்கவைத்துக் கொண்டிருந்தார்.

இந்த அனுபவங்களின் அடிப்படையில் என் மனதுக்குப் பட்டவை

- பெரும்பாலானவர்கள் செய்கிறார்கள் என்பதால் ஒரு குறிப்பிட்ட படிப்பில் சேர்க்க வேண்டாம். அந்தப் படிப்பில் சேர்வதாலேயே எல்லாம் கிடைத்துவிடாது. எடுப்பதைச் சரியாக முடித்தால்தான் சரியான வேலை கிடைக்கும்.

- குறிப்பிட்ட படிப்பில் சேர்த்துவிட்டுவிட்டதாலேயே எல்லாம் முடிந்துவிடாது. சேர்கிற கல்லூரியில் அந்தப்ப படிப்பை சரியாக சொல்லித் தரும் வாய்ப்பும் வசதியும் இருக்க வேண்டும்.

- எந்தப் படிப்பில் சேர்கிறோமோ அந்தப் படிப்பில் சேர்க்கப் படுகிற பிள்ளைக்கு ஆர்வம் இருக்க வேண்டும். அதன் விவரம் தெரிந்திருத்தல் நல்லது. அவன்/ அவள் ஒப்புதல் இன்றி கட்டாயப்படுத்தி சேர்க்கவேண்டாம்

- கையில் இருக்கும் நகை சொத்துக்களை விற்று அல்லது அடமானம் வைத்து அல்லது கடன் வாங்கிப் படிக்க வைப்பது தவறல்ல. ஆனால், என்ன படிக்க வைக்கிறோம், எங்கே படிக்க வைக்கிறோம், பிள்ளைக்கு அதில் ஆர்வம் உண்டா? அங்கே அவன்/ அவள் அந்தப் படிப்பை சரியாக முடிப்பார்களா? படித்து முடித்தால் கணிசமாக சம்பாரிக்கும் வாய்ப்புள்ள வேலை கிடைக்குமா என்று விவரம் தெரிந்தவர்களுடன் ஆலோசித்த பிறகே சக்திக்கு மீறி செலவு செய்யவேண்டும்.

- ஐ.டி.ஐ படிப்போ, டிப்ளமாவோ, பொறியியல் அல்லாத வேறு படிப்புகளோ கூட படிப்புதான். அவற்றுக்கும் நல்ல வேலை கிடைக்கும். நாலு பேர் என்ன சொல்வார்களோ என்றோ அல்லது சொல்லிக்கொள்ள நன்றாக இராது என்றோ குறிப்பிட்ட படிப்புகளைத் தவிர்க்க வேண்டாம்.

- 'பெரிய' படிப்பைப் படித்துவிட்டு சிறிய வேலைக்குப் போவதை விட, சரியான படிப்பைப் படித்துவிட்டு, சரியான வேலைக்குப் போவதே மேல்.

- ஐ.ஏ.எஸ், ஐ.பி.எஸ் மற்றும் பெரும்பாலான அரசு வேலைகளுக்கும் வங்கி மற்றும் பள்ளி கல்லூரி ஆசிரியர் வேலைகளுக்கும் B.A, B.Sc; B. Com போன்ற படிப்புகள் போதும். நல்ல கல்லூரிகளில் மிகச் சிறப்பாக படித்து நல்ல மதிப்பெண்கள் வாங்குபவர்கள் ஜெயிக்கிறார்கள்.

- தவிர, வேலைக்காகப் படிக்க வேண்டும் என்று பலரும் நினைப்பது இயல்புதான். பணம் இன்றி எதுவும் செய்ய

முடியாது. ஆனால் செல்ப் எம்பிளாய்ட் ஆக இருந்தும் நன்றாக சம்பாரிக்கலாம். மேலும் சீட்டு வாங்கக் கொடுக்கும் காசில் பல்வேறு தொழில் வியாபாரங்களும் செய்யலாம்.

நெல்லிக்காய் அளவில் ஆப்பிள் இருந்தால் அது சிறப்பல்ல. ஆப்பிள் அளவில் நெல்லிக்காய் இருந்தால் அது சிறப்பு. எந்தப் படிப்பைத் தேர்ந்தெடுதாலும் அதில் மிகப் பிரமாதமாக செய்தால் நாம் வெற்றியாளர். நாள் ஒன்றுக்கு ஆயிரம் ரூபாய் 'கூலி' பெறும் பெயிண்டர்களும் தச்சர்களும் சென்னை போன்ற நகரங்களில் இருக்கிறார்கள். அதே நகரங்களில் மாதம் வெறும் 5,000 பெறும் பொறியாளர்கள் ஏராளம். பல பொறியியல் படிப்பு 'முடித்தவர்கள்' கால் செண்டர்களிலும், ஏனைய இடங்களிலும் படிப்புக்குத் தொடர்பில்லாத வேலைகள் செய்துகொண்டிருக்கிறார்கள். போலீஸ் கான்ஸ்டபிள் வேலைக்கு கூட விண்ணப்பிகிறார்கள்.

எவராலும் தனக்கு ஆர்வம் இருப்பதில் நன்றாக வருவதில் சிறப்பாக செய்யமுடியும். அதில் நிச்சயம் வெற்றி கிடைக்கும். அப்படி செய்வது, நெல்லிக்காயை ஆப்பிள் அளவுக்குப் பெரிதாகச் செய்வது.

மாறாக பெரும்பாலானவர்கள் செய்கிறார்கள் என்பதற்காக தனக்கு வாராததை, ஆர்வம் இல்லாததை நானும் செய்கிறேன் என்று ஒருவழியாக செய்து முடிக்கலாம். மேலே பார்த்த திருச்சி பெல் ஊழியரின் மகனைப் போல. அது, நெல்லிக்காய் அளவில் சிலர் செய்யும் ஆப்பிள்கள்.

சந்தையில் எதற்கு மதிப்பு இருக்கும் என்று சொல்லத் தேவையில்லை.

19

வேலைக்கு உரிய தகுதிகள்

சமீபத்தில் இந்திய ரயில்வே துறை கலாசி எனப்படும் உதவியாளர்-லெவல் 1- குரூப் டி - வேலைக்கு விளம்பரம் செய்திருந்தார்கள். கல்வித் தகுதி, 10ம் வகுப்பில் தேர்ச்சி அல்லது நேஷனல் அப்ரெண்டிஸ் சர்டிபிகேட் பெற்றிருந்தால் போதும் என்பது.

மொத்த காலியிடங்கள் 62 ஆயிரத்து 909. வந்து குவிந்த விண்ணப்பங்களோ 2 கோடி! அதைவிட அதிர்ச்சி, அந்த இரண்டு கோடி நபர்களில் பொறியியல் பட்டப்படிப்பான பி.ஈ. மற்றும் பிற முதுநிலை படிப்பு படித்தவர்கள் எண்ணிக்கை மட்டும் 82 லட்சம்!!

இன்றைக்கு படிக்கும் வாய்ப்புகளுக்குக் குறைவில்லை. படித்து முடித்து வெளிவரும் இளைஞர்களின் எண்ணிக்கைக்கும் குறைவில்லை. ஆனால், எல்லோருக்கும் திருப்தியான வேலைகள் கிடைக்கவில்லை.

ஏன் இந்த நிலை?

நாட்டில் நிலவும் பொருளாதார சுணக்கம், பெரிய அளவுகளில் உருவாகாத புதிய வேலைவாய்ப்புகள் என்று இதற்குப் பலவற்றைக் காரணங்களாகச் சொல்லலாம். அவையெல்லாம் நிச்சயமாக சரி செய்யப்படவேண்டும். அரசாங்கங்கள் இன்னும் பல முயற்சிகள் எடுக்கவேண்டும்.

சரி, அவை மட்டும்தான் காரணம் என்று விட்டுவிடலாமா?

நான்கு ஆண்டுகள் தொழில்முறை படிப்பான பி.ஈ. அதன்பின் இரண்டு ஆண்டுகள் மேல் எம்.எஸ்.சி., எம்.ஈ. படிப்பெல்லாம் படித்துவிட்டு, கலாசி, பாயிண்ட்ஸ்மென், உதவியாளர் போன்ற, படிப்புக்குத்

தொடர்பில்லாத வேலைகளுக்கு முயற்சி செய்யும் நிலை வந்திருப்பதற்கு வேறு எவை காரணங்களாக இருக்கக்கூடும் என்றும் ஆராய வேண்டும் அல்லவா?

படித்து முடித்த எவருக்குமே வேலை கிடைக்கவில்லை என்பதல்ல நிலை என்பதும் எப்படிப்பட்ட சுமாரான சூழ்நிலையிலும் நல்ல வேலைகளைப் பெறுகிறவர்கள் இருக்கிறார்கள் என்பதும், பல்வேறு நிறுவனங்கள், அவர்களுக்குத் தேவைப்படும் திறன்வாய்ந்த ஊழியர்கள் கிடைக்காமல் திண்டாடிக்கொண்டிருக்கிறார்கள் என்பனவும்கூட உண்மைதான்.

ஆம், வேலைக்குத் தேர்வு செய்யும் நிறுவனங்களின் அதிகாரிகள், 'கல்லூரிப் படிப்பு முடித்தவர்கள் ஏராளமானோர் இருக்கிறார்கள்தான். ஆனால், அவர்களில் வேலை செய்யப் பொருத்தமானவர்களாக நூற்றுக்கு 20 பேர் கூட இல்லை' என்று தெரிவிக்கிறார்கள்.

ஆக, ஒருபுறம் வேலை கிடைக்கவில்லை என்கிற கூக்குரல்கள். மற்றொருபுறம் வேலையைச் செய்யத்தக்க சரியான நபர்கள் கிடைக்கவில்லை என்கிற ஆதங்கம்

'படிப்பு முடித்து வெளிவரும் பலரும் வேலைக்குத் தகுதியானவர் களாக, அதாவது 'எம்ப்ளாயபிள்' ஆக இல்லை' என்று சொல்லப்படுவது ஏன்?

வேலைக்குத் தகுதியானவர்கள் என்றால் என்ன? அதென்ன தனி தகுதி? அதென்ன 'எம்பிளாய்பிள்'? அதுதான் பட்டப்படிப்பில் அல்லது முதுகலையில் பெற்ற உயர் மதிப்பெண்கள் இருக்கிறதே! அந்தத் தகுதி போதாதா என்று திருப்பிக் கேட்கலாம்.

இங்கே ஒரு முக்கிய விஷயத்தை கவனிக்க வேண்டும். உயர்ந்த மதிப்பெண் என்பது மட்டுமே வேலைக்கான தகுதி அல்ல. கல்லூரியில் படித்து, உயர்ந்த மதிப்பெண் பெற்று வெளிவரும் பலரும் செய்திருப்பது என்ன?

குறிப்பிட்ட பாடத்திட்டத்தைப் படித்து, அவற்றை தேர்வுகளில் சரியாக எழுதியதுதான். அதை மட்டும்தான் மதிப்பெண்கள் பிரதிபலிக்கின்றன. வேலைகளைச் செய்வதற்கு அது மட்டுமே போதுமா என்ன?

எதைக் கற்றுக்கொள்வதிலும் ஆறு நிலைகள் இருக்கின்றன.

ஆரம்ப நிலை - நினைவில் வைத்துக்கொள்வது. இரண்டாவது நிலை, புரிந்துகொள்வது. மூன்றாம் நிலை, தெரிந்துகொண்டதைப் பயன்படுத்த முடிவது. நான்காம் நிலை, அதை அலசி ஆராய முடிவது. ஐந்தாம் நிலை, அப்படிப்பட்டவற்றை எடைபோட, மதிப்பீடு செய்ய

முடிவது. ஆறாம் நிலை, அப்படிப்பட்ட புதியவைகளை உருவாக்க முடிவது.

உதாரணத்துக்கு, திரை இசை கற்றுக்கொள்ளும் ஒரு மாணவரால் பாடல்களை மனப்பாடமாக சொல்லமுடிந்தால் அது, இசையமைப்பில் ஆரம்ப நிலை. அவரே மெட்டுக்கள் உருவாக்கினால் அது ஆறாம் நிலை.

இதை 'டேக்ஸோனமி ஆப் லெர்னிங்' என்கிறார்கள். கீழிருந்து மேல் படிநிலைகளாக இதைப் பார்த்தால் இப்படி இருக்கும்.

மாணவர்களால் படித்ததை நினைவில் வைத்துக்கொண்டு தேர்வுகள் எழுதி நல்ல மதிப்பெண்கள் பெற்றுவிட முடியும்.

ஆனால், கற்றலில் அது வெறும் தொடக்க நிலைதான். மதிப்பெண் பெற இந்த ஆரம்ப நிலையே போதும். ஆனால், சிறப்பாகப் பணியாற்ற இது போதாது.

குறிப்பிட்ட வேலையைச் செய்து முடிக்க, ஒருவர் அதில் குறைந்த பட்சம் மூன்றாவது நிலையையாவது எட்டியிருக்கவேண்டும்.

பல கல்லூரிகளின் தேர்வு முறைகள் முதல் அல்லது இரண்டாம் நிலை வரை மட்டுமே சோதிப்பனவாக இருக்கின்றன. அதனால்தான் உயர்ந்த மதிப்பெண்கள் பெற்றும் சிலர் வேலை செய்யத் தகுதி பெறாதவர்களாக வேலை கொடுப்பவர்களால் கணிக்கப்படுகிறார்கள், நிராகரிக்கப்படுகிறார்கள்.

ஆக, மாணவர்கள் தேர்வு செய்திருக்கும் பாடங்களில், அடுத்தடுத்த நிலைகளுக்குப் போகவேண்டும். அப்படி நகர்ந்தால், உயர் நிலைகளை அடைந்தால் அது பல்வேறு அற்புதமான வேலைகளை, வாய்ப்புகளை அவர்கள் வசம் இழுத்து வந்து சேர்க்கும். அதைக் கல்லூரிகளே செய்யவேண்டும். இல்லையேல் மாணவர்கள் அவர்கள் சுயமுயற்சியிலாவது அந்த நிலையை அடைய வேண்டும்.

வேலைக்கான தகுதியில் படிப்பும் மதிப்பெண்களும் மட்டுமே போதாது என்பதை இன்னொரு விதமாகவும் உணர்ந்துகொள்ள முடியும்.

எந்த வேலையை சரியாக செய்வதற்கும் சில 'தகுதி' கள் தேவை. அதை ஆங்கிலத்தில் 'காம்பிடென்ஸ்' என்கிறார்கள்.

உதாரணத்துக்கு ஒரு பெரிய சிமிண்ட் தொழிற்சாலையில் லாரி ஓட்டுனர் வேலை. லாரியை ஓட்டும் தகுதி யாருக்கு இருக்கிறது, எவர் ஓட்டலாம் என்று கேட்டால் பெரும்பாலானவர்கள் என்ன பதில் சொல்வார்கள்? அதற்குரிய லைசென்ஸ் பெற்ற எவரும் ஓட்டலாம் என்றுதானே!

அந்த நிறுவனம் தேர்வுக்கு வரும் ஓட்டுனர்களிடம் என்ன 'தகுதி'களை எதிர்பாக்கும்?

1. பல்வேறு வகை லாரிகள் பற்றித் தெரிந்திருக்கவேண்டும். ஓட்ட வேண்டிய ஊர் பற்றித் தெரிந்திருக்க வேண்டும். சாலைவிதிகள் மற்றும் வண்டி ஓட்டுவது தொடர்பான சட்ட விவரங்கள் தெரிந்திருக்க வேண்டும்.

2. பல்வேறுவிதமான லாரிகளை ஓட்ட இயல வேண்டும். உயர்ந்த ஓட்டும் திறன் பெற்றிருக்கவேண்டும்.

3. எரிச்சல் படாமல், கோபம் கொள்ளாமல், நெரிசல்களில், சிக்கலான நேரங்களில் ஓட்டமுடியவேண்டும். சாலைவிதிகளை அலட்சியம் செய்யாமல் பின்பற்றுபவராக இருக்கவேண்டும்.

தேவைப்படும் 'தகுதி'யில் மூன்று பகுதிகள் இருக்கின்றன. முதலாவது செய்யவேண்டிய வேலை குறித்த அறிவு. அடுத்தது செய்யும் திறன். மூன்றாவது அந்த வேலையைச் செய்யப் பொருத்தமான மனோபாவம்.

பத்தாவது மட்டுமே படித்த ஒருவரும், எம். ஈ. படித்த ஒருவரும் இந்த வேலைக்கு முயற்சித்தால், கூடுதல் படிப்பு என்பதற்காக எம்.ஈ.

படித்தவருக்கு இந்த வேலையைக் கொடுப்பார்களா அல்லது இருவரில் எவருக்கு மேற்சொன்ன மூன்று தகுதிகளும் இருக்கிறதா என்று பார்ப்பார்களா?

ஆக, படிப்பு, மதிப்பெண்கள் ஆகியவை தேவைதான். ஓரளவுக்கு. அவை மட்டுமே போதாது.

லாரி ஓட்டுவதற்கு மட்டுமல்ல. இந்த 'தகுதித் தேவை' என்பது எல்லாவிதமான வேலைகளுக்கும் உண்டு. போலீஸ் வேலை, கணக்காளர், மேலாளர், மேற்பார்வையாளர், மென் பொறியாளர், வங்கிப் பணியாளர், ஆசிரியர், பேராசிரியர் என்று எந்த வேலைக்கும் வேறுபடும் தகுதிகள் உண்டு.

எந்த வேலைக்கு ஆளெடுக்கும் போதும் மூன்றையும் பார்ப்பார்கள். படிப்பு, 'அறிவு' என்ற முதலாவதைக் கொடுக்கும். பயிற்சி, 'திறன்' என்ற இரண்டாவதைக் கொடுக்கும். மூன்றாவதான மனோபாவம் இயல்பிலேயே இருக்கும். தனது மனோபாவத்துக்கு பொருத்தமான வேலைகளுக்கு முயற்சிப்பதும், சேர்வதும் உதவும். அல்லது முயற்சிக்கும் விரும்பும் வேலைக்கு உரிய மனோபாவத்தை வளர்த்துக் கொள்ளவேண்டும்.

20

பசித்து வாழவேண்டும்

நமது நம்பிக்கை வாசகர்கள் விதைநெல்போன்றவர்கள்; அவர்களிடம் சொல்லப்படுபவை பல்வேறு ஊர்களில் இருக்கும் மக்களைச் சென்றடையும். அது எப்படி என்றால், பெரியார் என்ற பெரு நெருப்பிடம் இருந்து பந்தங்களில் ஏற்றிக்கொண்ட கொள்கைகளை மற்ற கட்சிகள் எப்படி எடுத்துச் சென்று பல்வேறு இடங்களில் பயன்படுத்துகிறார்களோ அப்படி ஓர் ஆண்டுக்கான விஷயத்தை இந்தக் கூட்டத்தில் இருந்து எடுத்துச்செல்ல வந்திருப்பவர்கள்.

பசித்து வாழ வேண்டும்.

உலகத்தில் பசி என்பதுதான் தேடல், பசியில்லையென்றால் அசமந்தம். சுறுசுறுப்பாக இருக்க வேண்டுமென்றால் குறைவாகச் சாப்பிட வேண்டும். வயிற்றில் ஒரு சின்ன நெருப்பு இருந்துகொண்டே இருக்க வேண்டும். பசி இருந்துகொண்டேயிருக்க வேண்டும். அதுதான் தேடல்.

நான் பணியாற்றிய நிறுவனங்களில் புதிதாகச் சேரும் விற்பனையாளர்களிடம் ஒரு கேள்வி கேட்போம்: நீங்கள் என்ன கார் வாங்க வேண்டும் ஆசைப்படுகிறீர்கள்?

அவர் பத்தாயிரம் ரூபாய் சம்பளத்தில் பணியில் இணைந்திருப்பார்; பலபேருக்கு இது முதல் வேலையாகக்கூட இருக்கும். அவர்களிடத்தில் ஒரு பசியைத் தூண்டுவதைப்போல், என்ன கார் வாங்க வேண்டுமென்று ஆசைப்படுகிறீர்கள் என்று கேள்விக்குப் பதிலாக, எவ்வளவு பெரிய காரை அவர் சொல்கிறாரோ, அந்த அளவுக்கு அவருக்குத் தேடல் இருக்கிறது. ஊக்கம் இருக்கிறது. அதற்கான உழைப்பு இருக்கிறது என்று புரிந்துகொள்வோம்.

கார் எல்லாம் வேண்டாம் என்றால் அந்தப் பணியாளர், விற்பனைத்துறைக்கு லாயக்கில்லை. கார் இல்லாவிட்டால் அவருக்கு வேறு ஏதேனும் ஆர்வம் இருக்க வேண்டும். ஆர்வம் இருக்கிற மனிதன்தான் செயல்படுவான். செயலுக்குக்கான தூண்டுதல் தேடலில் வரும் என்று நினைப்போம்.

என்னுடைய நிறுவனத்தின் மனிதவளத்துறைத் தலைவரான என்னிடம், எத்தனை ஆள் எடுத்தீர்கள், என்ன சம்பளத்துக்கு எடுத்தீர்கள் என்று கேட்க மாட்டார்; இந்த மாதம் இன்ஸென்டிவ் பேமென்ட் எவ்வளவு என்று கேட்பார். அத்தொகை எவ்வளவுக்கு அதிகமாக இருக்கிறதோ அந்தளவுக்கு விற்பனை அதிகமாக இருக்கிறதென்று அர்த்தம். நாங்கள் அப்படித்தான் திட்டமிட்டிருப்போம். அதைப் படிப்படியாக உயர்த்திக்கொண்டே போவோம். இன்ஸென்டிவ் என்பது அன்லிமிடெட்.

என்னெத்த கன்னையாக்கள் நமக்குத் தேவையில்லை. இந்த உலகம் இவ்வளவு முன்னேறியதற்குக் காரணம் பசித்தவர்கள்தான். பசித்தவர்களால்தான் தேடல் வந்திருக்கிறது. தேடல் உள்ளவர்களால்தான் முன்னேற்றம் வந்திருக்கிறது. பசி என்பது ஓர் அடையாளம்தான். எடிசன் உள்ளிட்ட எத்தனையோ பேர் பசியை மறந்து, தூக்கத்தை மறந்து தேடியதால்தான், நாம் இன்றைக்குச் சுகமாய் மின்சாரப் பயன்பாடு கொண்ட அனைத்து வசதிகளையும் அனுபவிக்கிறோம். இவையனைத்தும் எடிசன் என்கிற ஒரு மனிதனின் பசியால் விளைந்தன.

இன்னும் இன்னும் என்று கேட்பவர்களால்தான் இந்த வளர்ச்சி, உயர்வு உண்டாகிறது. நிறுவனங்களிலும் இப்படித்தான், வாட் நெக்ஸட், அடுத்தது என்ன என்ற கேள்விகள் முக்கியம். கேள்விகளால் ஆனதுதான் உலகம். இந்த வருடம் இதைச் செய்துவீட்டீர்கள். அடுத்த வருடம் இன்னும் சிறந்ததாக எதைச் செய்யப் போகிறீர்கள் என்பது போன்ற கேள்விதான் நம்முடைய தேடலாக இருக்க வேண்டும்.

பசிப்பது தவறல்ல; பசிக்காமல் இருந்தால்தான் தவறு. தேடல் இல்லாமல் இருந்தால்தான் தவறு. பசிப்பது இயற்கை. பசிப்பதுதான் இயக்கம். அதுதான் உயிரோடிப்பதற்கான அர்த்தம். பசிப்பதே புதியதுக்குத்தான். பசிப்பதே உயர்வு. சிலர் உன்னதத்துக்குப் போவதற்கு பசிதான் காரணம். அந்தப் பசியானது தேடலாக இருக்க வேண்டும். தேடித்தேடிப் போக வேண்டும்.

நீங்கள் இந்த வெற்றிவாசலுக்கு வந்திருப்பதும் ஒரு தேடல்தான். என்ன தெரிந்துகொள்ளலாம்? எதை நடைமுறைப்படுத்தலாம் என்கிற

தேடல். தெரிந்துகொள்ள முயல்வதுதான் தேடல். உயிர் பிறப்புக்கு மரியாதையே ஏதாவது ஒரு தேடல் இருப்பதுதான். ஏதாவது ஒரு முயற்சி இருக்க வேண்டும்.

வள்ளலார் சொன்ன மூன்று விஷயங்களை நீங்கள் அறிந்திருப்பீர்கள். விழித்திரு. தனித்திரு, பசித்திரு என்பதை அவை.

எங்கே இருந்தாலும் நீங்கள் தனித்துத்தோடு இருக்க முடியும். நீங்கள் எந்தத் துறையில் இருந்தாலும் பசி என்பதை தேடல் என்பதைச் செய்யலாம். எந்தத் துறையில் இருந்தாலும் என்பதைப்போல நீங்கள் எந்த நிலையில் இருந்தாலும் செய்யலாம். இரண்டும் முக்கியம். சிலர் தன்னுடைய நிலையைக் காரணம் காட்டி தேடல் பசியெல்லாம் எனக்கு இல்லை என்று வாழ்வை ஓட்டினால் போதும் என்று நினைக்கிறார்கள். எந்த நிலையிலும் தேடலாம். நம்முடைய நிலைமை எல்லாம் மிகவும் சாதாரணம். எந்த வயதிலும் செய்யலாம். அதற்கு மிகச் சிறந்த உதாரணம், மேதகு அப்துல்காலாம். எனவே வயது ஒரு தடையல்ல.

நமக்குள் ஒரு துடிப்பு இருந்து கொண்டேயிருக்க வேண்டும். அடுத்து என்ன செய்யலாம், கூடுதலாக என்ன செய்யலாம்? எதை நன்றாகச் செய்யலாம் என்று இருந்துகொண்டே இருக்கும்.

செய்கிற வேலையில் என்ன வித்தியாசம் என்று தேடிச் செய்தால் உலகம் திரும்பிப்பார்க்கும். எதைச் செய்தாலும் வித்தியாசமாகச் செய்தால் நீங்கள் தேடுகிறீர்கள்; தேடுவதைப் பெறுகிறீர்கள். தேடல் என்பது எப்போதும் தொடர்கதைதான். வெற்றி என்பது ஒரு தொடர்பயணம் என்பதுபோலத் தொடர்ந்து இருக்க வேண்டும். உயிர் இருக்கிறவரை இயங்கவேண்டும். அதுதான் நம்முடைய தாரக மந்திரமாக இருக்க வேண்டும்.

புதிதாய் எதுவும் வராவிட்டால் அதன் பெயர் மியூசியம். பழைசை மட்டும் செய்துகொண்டு, பழைய பெருமை பேசிக்கொண்டிருந்தால், அது செத்த காலேஜ் அப்படி இருக்கக்கூடாது.

எல்லாம் செய்தாகிவிட்டது. அதனால் என்ன இன்னும் செய்ய வேண்டும் என்று கேட்லாம். உடலில் தெம்பு இருக்கிறவரை, உங்களால் சிந்திக்க முடிகிறவரை, செய்து கொண்டே இருங்கள். புது நீர் வராவிட்டால் அதன் பெயர் குட்டை.

இருப்பதே சுகம் என்று நினைத்தால் அது வளர்ச்சி இல்லை. வளர்ச்சி இல்லாவிட்டால் மகிழ்ச்சி இல்லை. எதையாவது ஒன்றைத் தேடுவது ஒரு சுகம் இருக்கிறது. அதுதான் நம்முடைய அடையாளமாக இருக்க

வேண்டும். செய்ததுபோதும் என்று அரைத்த மாவையே அரைத்துக் கொண்டிருப்பது சுத்த போர்.

காமராஜ் பிளான் என்று கேள்விப்பட்டிருப்பீர்கள். முதல்வர் பதவியைத் துறந்துவிட்டு கட்சிப் பணி ஆற்றுகிறேன் என்று சொன்னார். யாரும் அவரைப் போகச் சொல்லவில்லை. அவரே யோசித்தார். கட்சியின் நிலை மோசமாக இருக்கிறது. நான் போய் வேலை செய்கிறேன் என்று.

சிலர் எவ்வளவு வியாபாரம் வந்தாலும் அவர்களே செய்து கொண்டிருப்பார்கள். அதைச் செய்யாமல் உங்களுக்கான தேடலைத் தொடங்க வேண்டும். சிறியதைப் பெரிதாக்கினால் பெரிய கவனித்து வந்தால் மட்டும் ஒருவர் பெரிய ஆள் இல்லை.

மைக்கேல் ஜோர்டன் ஓர் கூடைப்பந்தாட்ட வீரர். அமெரிக்காவின் ஒரு சேரிப்பகுதியில் இருந்த இளைஞன். பழைய டி சர்டைக் கொடுத்து அதை விற்றுவிட்டு வா என்று அவருடைய தந்தை அனுப்பினார். அதைத் துவைத்து கைகளால் நீவி விற்க முயற்சித்தார். ஒருவாரம் கழித்து அதை ஒரு டாலருக்கு விற்றார். தந்தையிடம் வந்து அப்பா, நீங்கள் சொன்னதுபோலவே ஒரு டாலருக்கு விற்றுவிட்டேன் என்றார். அவரது தந்தை, இன்னொரு பழைய டி சர்டை எடுத்துக் கொடுத்தார். ஒரு டாலருக்குத்தானே விற்கச் சொல்வார், விற்று விடலாம் என்று ஜோர்டன் நினைக்கையில், அவருடைய தந்தை இதை இருபது டாலர்களுக்கு விற்றுவா என்றார். எப்போதும் செய்வதையே செய்தால் எப்போதும் செய்வதையே செய்தால் எப்போதும் கிடைப்பதுதான் கிடைக்கும். புதியதாய் ஏதேனும் செய்தால்தான் அதிகம் கிடைக்கும்.

ஜோர்டன் என்ற அந்த இளைஞன் யோசித்தான். இந்த முறை விற்கப்போவது வெள்ளை டிசர்ட். எனவே, நன்றாக வரையத் தெரிந்த ஒருவரை அழைத்து, ஒரு மிக்கி மௌஸ்ஸும், ஒரு டொனால்ட் டக்கும் வரையச் சொன்னான். முன்னர் சென்ற மார்க்கெட் போனால் அதே விலைதான் கிடைக்கும் என்று யோசித்து, பணக்காரப் பிள்ளைகள் படிக்கும் பள்ளிக்கூட வாசலுக்குப் போய் நின்றான். அந்தப் பள்ளியில் படிக்கிற மாணவன் ஒருவனுக்கு மிக்கி மௌஸ்ஸும் டொனால்ட் டக்கும் பிடிக்கும். அந்தப் பையனுக்குப் பிடித்திருந்தால் எத்தனை விலை சொன்னாலும் அது விற்றுவிடும். அப்படி அந்த டிசர்ட் விற்றுவிட்டது. 20 டாலர், தந்தையிடம் சென்றால் அவர் அடுத்த அசைன்மென்ட் தந்தார். இன்னொரு டி சர்ட். அந்த இளைஞன் சலித்துக் கொள்ளவில்லை. தந்தை நமக்கு ஏதோ பயிற்சி தருகிறார். இந்த முறையும் முயற்சி செய்யலாம் என்று கிளம்பினான்.

தன்னுடைய திரைப்படத்தை விளம்பரப்படுத்துவதற்காக ஒரு நடிகை அந்த நகருக்கு வந்திருந்தார். ஏகப்பட்ட கூட்டம் மேடையை நெருங்க முடியவில்லை. எப்படியோ முன்னேறி காவல் தடுப்பு வரை வந்துவிட்டான் ஜோர்டன். காவலர்கள் அசந்த நேரம் பார்த்து, மேடையில் ஏறிவிட்டான். அந்த நடிகை என்ன வேண்டும். என்று கேட்க, ஜோர்டன் தான் வைத்திருந்த வெள்ளை டி சர்ட்டில் கையெழுத்து கேட்டார். அந்த நடிகையும் போட்டுக் கொடுத்தார். இப்போது அந்த டி சர்டை விற்பது பெரிய விஷயமேயில்லை. அந்த நடிகையைப் பார்க்க வந்த அந்தக் கூட்டத்திலேயே டி சர்டை ஏலத்தில் விட்டார். 200 டாலர்களுக்கு ஏலம் போனது. இப்படி என் தந்தை எனக்குக் கற்றுக் கொடுத்தார் என்று ஜோர்டான் சொல்லியிருக்கிறார்.

நாமாக நினைத்துக்கொள்கிறோம். விஷயம் சிறியது. என்னுடைய தயாரிப்பு சிறியது. என்னுடைய கல்வி, என்னுடைய பரப்பு சிறியது என்று. உங்களுடைய வருங்கால சாதனையைத் தடுக்கிற சக்தி எதற்காவது இருக்குமென்றால், அது உங்கள் மனது மட்டும்தான்.

எது தேவை என்பதை நாம் முடிவு செய்யவேண்டும். சூழ்நிலை முடிவு செய்த பிறகு தேவையை நாம் நிவர்த்தி செய்பவர்களாக நாம் இருந்தால் அது தேடல் அல்ல.

தோல்வி என்பது முடிவல்ல. அதிலிருந்து புதிய தொடக்கம் ஒன்று உண்டு என்பதை நினைவில் கொள்ள வேண்டும்.

வழிமுறைகள் மாறும். ஆனால் மக்களின் தேவைகள் குறையாது. எல்லாவற்றிலும் பிழைக்கத் தெரிந்திருக்க வேண்டும். சாலை எப்படி வேண்டுமானாலும் இருக்கும். சிரமங்களால் நன்மைகள் வருவதையும் ஏற்றுக்கொள்ள வேண்டும்.

பிரச்னைகள் தான் தேவைகளின் தாய். விழுந்தபின் எழுதவற்குத்தான் அதிக சக்தி வேண்டும். உலகில் எல்லாப் பக்கங்களிலும் பிரச்சினைகள் இருக்கின்றன. ஆனாலும் அதைத் தாண்டி மனிதர்கள் வெளியே வந்துகொண்டிருக்கிறார்கள். பலர் மனத்தில் கண்டதை வெளியில் உருவாக்குபவர்கள் பசியோடு இருப்பவர்கள். ராஜராஜன் அப்படித்தான் தஞ்சைப் பெரிய கோவிலைத் தன் மனத்தில் உருவாக்கி பிறகு நிலத்தில் உருவாக்கினார்.

ஒவ்வொருவரும் தன்னுடைய உன்னதத்தைக் கண்டுகொள்வது, உணர்ந்துகொள்வதுதான் இந்தப் பிறவிக்கு கொடுக்கக்கூடிய மதிப்பு, மறுஜென்மம் இருக்கிறதா என்று தெரியாது. இந்தப் பிறப்பில் எவ்வளவு முடியுமோ அவ்வளவு செயல் செய்ய வேண்டும்.

இன்னும் நூறடி போக வேண்டும். என்றால் இன்னும் பத்தடியில் வெற்றிக்கோடு இருக்கிறது என்று நினைத்தால் பத்தடிதானே என்று உடலில் இருக்கிற அனைத்து சக்தியும் ஒன்றிணையும். பத்தடியைத் தாண்டினால் அந்த உடலே நூறடியைக் கடப்பதற்கான சக்தி ஊற்றெடுக்கத்தொடங்கும்.

எடிசனின் பசி ஒருவிதம் என்றால், ஒவ்வொருவருவடைய பசியும் ஒவ்வொருவிதம், வாஸ்கோடகாமாவின் பசி தனிவிதம்.

எதைத் தேடுகிறோமோ அதைக் கொடுக்கிற ஆற்றல் நம்முடைய மனதுக்கும் உடலுக்கும் இறைவன் கொடுத்திருக்கிறான். ஒரு பெரிய திட்டத்தைக் கையிலெடுத்தால் அதற்கான சக்தி தானே கிடைக்கும்.

கிடைத்ததைப் பெருமையாக நினைப்பது ஒருவகை, புதியதைத் தேடுதல், தற்போது இல்லாத ஒன்றைத் தேடுதல்தான் மிகப் பெரிய பசி. நீங்கள் எதைத் தேடுகிறீர்கள் என்பதுதான் இந்த வெற்றிவாசலில் என்னுடைய கேள்வி. நீங்கள் எதைத் தேடுகிறீர்கள். எதையாவது தேடாத மனிதர்களாக இருந்தால், நீங்கள் ஓய்வு பெற்றவர்கள்; பூமிக்குப் பாரமானவர்கள்.

மானுடம் என்பது உன்னம், நாம் அனைவரும் மேன்மையானவர்கள். அதை வெளிப்படுத்த வேண்டும்; பசித்து வாழ வேண்டும். உங்களுக்கு என்னுடைய வாழ்த்துகள்!

21

கேளுங்கள் தரப்படும்

சில நாள்களாகப் பார்க்க முடியாமல் போன ஓர் எழுத்தாள நண்பரை, 'எங்கே ஆளையே காணோம்?' என்று கேட்டேன், 'நாவல் எழுதினேன்' என்றார்.

'நீங்கள் எழுதுவது புதிது அல்லவே. வழக்கம்தானே! அதனாலா உங்களைப் பார்க்கவே முடியவில்லை?' என்றேன்.

'பத்து நாள்களுக்குள் எழுதி முடிக்க வேண்டும்; அதனால் தான்' என்று சொல்லிவிட்டு ஒரு தேதியைச் சொல்லி, அதுதான் தாம் போட்டிக்கு நாவல் அனுப்பி வைக்க கடைசி நாள் என்றார். 'ஓ ஹோ!' சரிதான். அவர் நாவல் போட்டிக்கு எழுதுகிறார். அதுதான் விஷயம்!. திடீரென அவர் சொன்ன தேதி நினைவு வந்தவனாக, 'இன்றுதானே அந்த கடைசி நாள்!' என்றேன் பதற்றத்துடன்.

'நேற்றே எழுதி முடித்து, கூரியர் தபாலில் சேர்த்துவிட்டேன். இன்றைக்குப் போய்ச் சேர்ந்துவிடும்' என்றார். அவர் முகத்தில் நிஜமான சந்தோஷமும் திருப்தியும். 'அட இவரா, இவ்வளவு வேகமாக எழுதியிருக்கிறார்! என்று வியப்பாக இருந்தது.' 'எத்தனை பக்கங்கள்?' என்றேன். மொத்தம் நூற்றுப்பத்துப் பக்கங்கள் என்றார்.

அவரை நன்கு அறிந்த எனக்கு ஆச்சரியம். வழக்கத்துக்கு மாறாக அவர் இவ்வளவு சுறுசுறுப்பாக எழுதி முடித்ததெப்படி? எனக்குத் தெரிந்து அவர் இன்னும வேறு பல விஷயங்களை மாதக்கணக்கில் எழுதுவது உண்டு. முடிப்பதில்லை. கேட்டால், 'என்ன அவசரம்?' என்பார். 'எழுதி, உடனே ஆகப்போவது என்ன?' என்று கேட்பார். ஒரு முழு

நாவலை யோசித்து மனிதர் பத்தே நாட்களுக்குள், எழுதி அனுப்பியிருக்கிறாரே!

இப்பொழுது மட்டும் என்ன வந்தது? போட்டி வந்தது. போட்டிக்கு பரிசு அறிவித்திருக்கிறார்கள். எப்படிப்பட்ட பரிசு? மெகாப் பரிசு, ஒரு நாவலுக்கு முதல் பரிசுத்தொகை மட்டும் ஒரு லட்ச ரூபாய்! அதற்கு கடைசித் தேதி சொல்லிவிட்டார்கள். அந்தத் தேதிக்குள் எழுதி அனுப்பியாக வேண்டும். அதன் பின் வந்து சேருபவனவற்றை ஏற்றுக்கொள்ள மாட்டார்கள். அதனால் வந்த தேவை.

அதை முடிக்க எடுத்துக்கொண்ட முயற்சிகள்; வெற்றிகரமாக முடித்தே விட்டார். இந்த நாவல் அந்த எழுத்தாளருக்குள் இருந்தது தான். ஒரு முக்கியத் தேவை வந்ததும், அதனை இழுத்து வெளியே போட்டு விட்டார். அவர் இதுவரை செய்யாத வேகத்தில், ஆக, அவரால் இவ்வளவு வேகமாகவும் செய்ய முடியும்தான். அதற்கு ஒரு சரியான தேவை, Demand வந்தால் அதைச் செய்வார். செய்திருக்கிறார்.

காலையில் நடக்கும் பழக்கம் உண்டு, பல்வேறு யோசனைகளால் நடையில் கவனமிருக்காது. அதனால் வேகமுமிருக்காது. அந்த மைதானத்தினை மூன்று சுற்று, சுற்றுவது திட்டம். அதற்கு நாற்பத்தைந்து நிமிடங்களாகிவிடும். மூன்று முழுச் சுற்றுகள் முடிந்ததும், மெயின் ரோட்டில் ஏறித் திரும்பி விடுவேன். ஒரு நாள் தனியாக நடந்து கொண்டிருந்தேன். அப்போது, ஓர் இளைஞர் என்னைக் கடந்து வேகமாக நடந்து போனார். நல்ல வேகமான நடை.

கடந்து போனவர் சும்மா போகாமல், என்னைத் திரும்பி ஒரு பார்வை வேறு பார்த்து விட்டுப் போனார். அவரை விட வேமாக நடக்க வேண்டும் என்று ஏனோ தோன்றியது. அவரளவு வேகமாக என்னால் நடக்க முடியாதா என்ன? நடையின் வேகத்தினைக் கூட்டினேன். நல்ல வேகத்தில் நடந்தேன். இருந்தும் அவருக்கும் எனக்கும் இருந்த இடைவெளி அதிகரித்துக்கொண்டு போனதே ஒழிய குறையவில்லை. அவர் நடந்த வேகம் அவ்வளவு! நான், இன்னும் வேகம் கூட்டுகிறேன். ம் ஹூம்... எப்படி நடந்தும் என்னால் அவரைத் தாண்டிப் போகவே முடியவில்லை. அதற்குள் எனக்கு மூன்று சுற்றுகள் முடிந்துவிட்டன. உடன் அவசரமாகக் கைக்கடிகாரத்தினைப் பார்த்தேன். அட, மூன்று சுற்றுகளை நான் அன்று முப்பத்து நான்கே நிமிடத்தில் முடித்திருந்தேன். அதாவது வழக்கத்தினை விட 11 நிமிடங்கள் குறைவு!

அன்றைய தேவை, என்னை, வழக்கத்துக்கு மாறாக விரைவாக நடக்க வைத்திருக்கிறது. அதுதான் அந்த மைதானத்தில் என்னுடைய 'பெஸ்ட்' வேகம். அவரை நான் மிஞ்ச முடியாமல் போயிக்கலாம். ஆனால் நான் என்னையே விஞ்சிவிட்டேனே!

1983 உலக கோப்பை கிரிக்கெட் போட்டி ஜிம்பாவேவுக்கு எதிரான போட்டி, இந்திய அணி ஐந்து விக்கெட்டுகளை பதினேழு ஓட்டங்களுக்கு இழந்து, மிக மோசமான நிலையில் இருந்தது. அப்பொழுது கபில் தேவ்களம் இறங்கினார். இறங்கி, ஒரே விளாசல் தான். 175 (நாட் அவுட்) ஓட்டங்கள் எடுத்து இந்திய அணியினை வெற்றி பெற வைத்தார். அதுதான் அவருடைய கிரிகெட் கேரியரிலேயே மிக அதிகமான ஸ்கோர். சில வருடங்களுக்கு ஓர் உலக சாதனையும் கூட...

'செய்... செய்தாக வேண்டும்' என்ற கட்டாயம். செய்வதன் முடிவில் கிடைக்கக் கூடிய விளைவு. அந்தத் தேவை 'ரிசல்ட்' முக்கியம். அது லட்ச ரூபாய் பரிசாகவோ அல்லது வேகமாக நடப்பவரைக் கடந்து தன்னை நிரூபித்துக்காட்டுவதாகவோ அல்லது தன் அணியின் / தேசத்தின் தோல்வியினைத் தவிர்க்கும் பொறுப்பாகவோ இருக்கலாம்.

மனது ஈடுபட்டுவிட்ட எதையும் நம்மால் செய்து விட முடியும். செய்ய வேண்டியது என்ன? எவ்வளவு? எப்பொழுதுக்குள் செய்து முடிக்க வேண்டும்? என்பன போன்றவையும் தெளிவாக இருக்க, முயற்சியும் விளைவுகளும் அற்புதமாக அமைந்துவிடும்.

Demand Excellence. You will get Excellence என்பார்கள். மிகச் சிறந்தனவற்றையே கேட்க வேண்டும். நம்மிடம் நாமே. அது நிச்சயம் கிடைக்கும்.

பலரும் தங்களால் முடிந்ததையெல்லாம் எல்லா நேரங்களிலும் செய்து விடுவதில்லை. ஒரு போட்டி, ஒரு சவால் வருகிறபொழுது, புதிய வேகமும் அதற்கான சக்தியும் பெற்றுச் செய்கிறார்கள்.

பல சமயங்களில் சிறப்பான செயல்பாடுகள் நடைபெறாமல் இருப்பதற்கும் சாதனைகள் நிகழ்த்தப்படாமல் போவதற்கும், அப்படி கேட்கக்கூடிய நபர்களோ, தேவைகளோ, தூண்டக்கூடிய சூழ்நிலைகளோ இல்லாமல் போவதும் கூட காரணங்கள்.

ஆரோக்கியமான போட்டிகள் உதவும், தவிர, நம்மை விட மேலானவர்கள், சிறப்பாகச் செய்பவர்கள் இருக்கிற இடங்களில் செயல்பட்டால், அவர்களே ஏதேதோ செய்ய, நாமும் முயற்சிக்க நாம் முன்பு இருந்ததைவிட சில படிகளாவது உயர்வோம். நம் தரமும் உயரும்.

அதே சமயம் எல்லா நேரமும் அப்படி வெளியில் இருந்து வேறு எவரேனும்தான் நம்மிடம் 'சிறந்ததைத் தா' என்று கேட்க வேண்டும் என்று காத்திருக்க வேண்டியதில்லை. நம்மிடம் நாமே 'சிறந்ததைச் செய்' வேகமாய்ச் செய், 'பெரிதாய்ச் செய்' என்றெல்லாம் கேட்டுக்

கொள்ளலாம். நிச்சயம் கிடைக்கும். மிகப் பெரிய விருதுகள் வாங்கியவர் கேட்டுக்கொள்வாராம். (அவர் பெயரைச் சொல்லி; 'நீ கதை எழுதி நாளாகிவிட்டதே. இன்றைக்கு ஒன்று எழுதேன்' என்பது போல அன்றைக்கே எழுதியும் முடிப்பாராம்.

சோமர்செட்மாம் சொல்லுகிறார்: வாழ்க்கையில் வேடிக்கையான விஷயம் என்ன என்றால், மிகச் சிறந்ததற்குக் குறைவாக எதையும் ஏற்றுக்கொள்வதில்லை என்று நீங்கள் முடிவு செய்துவிட்டால், பெரும்பாலான நேரங்களில் மிகச் சிறந்தனவற்றையே பெறுவீர்கள்.

நம்மைவிடச் சிறப்பானவர்கள் மத்தியில் இருப்பது, நம்மிடம் பழகுபவர்களிடம், அவர்கள் செய்து கொண்டிருப்பதை விட மேலானவற்றைக் கேட்பது மற்றம் நம்மிடமிருந்தே மிக அதிகமாக எதிர்பார்ப்பது போன்றவை செயல்பாடுகளும் அவற்றின் தரமும் கூடுவதற்கு வழிவகுக்கும்.

22

எப்போதும் வெல்ல 5 வழிகள்

1. பழக்கங்கள் ஜாக்கிரதை

மாணவன் ஒருவன் மதிய உணவு இடைவேளை நேரம் வகுப்புக்குள் போகிறான். வேறு எவருமில்லை. பார்த்தால் தரையில் ஒரு செல்போன் கிடக்கிறது. சுற்றுமுற்றும் பார்க்கிறான். யாரும் இல்லை. எடுக்கலாமா, வேண்டாமா என்று அவன் மனதுக்குள் சின்ன போராட்டம். 15 விநாடிகள் ஆகியிருக்கும். படக்கென்று செல்போனை எடுத்து கால்சட்டைப் பாக்கெட்டில் போட்டுக்கொள்கிறான்.

சோதனையாக அடுத்த நாள் வேறு ஒரு வகுப்புக்குப் போன போதும் தரையில் ஒரு செல்போன் கிடக்கிறது. அவன் மனம் சற்று யோசிக்கிறது. ஆமாம், இப்போதும் போராட்டம் தான். எடுக்கலாமா? வேண்டாமா? இந்த முறை அவன் மனப்போராட்டம் எவ்வளவு நேரம் நடந்திருக்கும் என்று நினைக்கிறீர்கள்? போன முறை 15 வினாடிகள். இந்த முறை? அதற்கும் குறைவான நேரம் தானே! அதுதான் மனித இயல்பு. ஒரே ஒரு முறை என்று எந்தத் தவறையும் செய்யவேண்டாம். அடுத்த முறை, அது தவறாகவே தெரியாமல் போகும். மூன்றாவது முறை, அது தவறில்லை என்று நியாயப்படுத்தும் அளவுக்கு மனது போய்விடும்.

2. நேர்மறை பார்வை

அந்தப் பெண்மணிக்கு வயது 70 இருக்கலாம் ஒருநாள் விடிகாலை நேரம் அவர் முன்பதிவு செய்திருந்த ஒட்டலுக்கு வந்தார்.

ரிசப்ஷனில் இருந்தவர் அவருடைய விவரங்களை குறித்துக்கொண்ட பிறகு ஒரு அறையின் சாவியை எடுத்து, பணியாளரிடம் கொடுத்து, அவரை அவருடைய அறைக்கு அழைத்துப் போகச் சொன்னார். விருந்தினரின் பெட்டிகளை எடுத்துக்கொண்டு பணியாளர் முன்னே நடக்க, பின்னால் அந்தப் பெண்மணி பணியாளர் முன்னே நடக்க, பின்னால் அந்தப் பெண்மணி மெதுவாக நடந்தார். நடந்தபடியே பின் பக்கம் திரும்பாமல் அந்தப் பணியாளர் சொன்னார். 'அம்மா உங்களுக்கு, 105-ம் எண் அறை கொடுக்கப்பட்டிருக்கிறது.' புன்னகைத்தபடியே அந்த அம்மாள் சொன்னார், 'அப்படியா? சரி. அந்த அறை நன்றாக இருக்கும்.'

'அந்த அறையில் மொத்தம் இரண்டு சன்னல்கள்'.

'அப்படியா? சரி... அறை நன்றாக இருக்கும்' நடந்து கொண்டிருந்த பணியாளர் நின்று திரும்பிச் சொன்னார், 'அது முதல் மாடியில் இருக்கிறது'.

'அப்படியா? சரி அறை நன்றாக இருக்கும்.'

பணியாளர் முகத்தில் வியப்பு 'என்ன அம்மா? நான் எதைச் சொன்னாலும் நீங்கள் அறை நன்றாக இருக்கும் என்று சொல்லுகிறீர்கள்? நீங்கள் முன்பே இந்த ஓட்டலுக்கு வந்திருக்கிறீர்களா?'

'இல்லை'.

'பிறகு எப்படி அறை நன்றாக இருக்கும் என்கிறீர்கள்?'

'நான் அறை நன்றாக இருக்கும் என்று இங்கே முடிவு செய்து விட்டேன்' என்று சொல்லி அவர் நெற்றியை ஒரு விரலால் தொட்டபடி, 'அதனால் அறை கண்டிப்பாக நன்றாகவே இருக்கும்' என்றார்.

ஒன்றை நன்றாக இருக்குமென்று முடிவு செய்துகொண்டு பார்த்தால் அது நன்றாகவே இருக்கும். நன்றாக இருக்காது என்று முடிவு செய்துகொண்டு பார்த்தால், அது எவ்வளவு நல்லதாக இருந்தாலும் சோபிக்காது.

எல்லாம் பார்வையிலும் மனதிலும் இருக்கிறது.

3. நம்பிக்கை விதைகள்

ஒரு சாத்துக்குடிப் பழத்துக்குள் எத்தனை விதைகள் இருக்கும் தெரியுமா? ஆறு? எட்டு? அல்லது பத்து? எத்தனை இருக்குமென்று கண்டுபிடிப்பது ஒன்றும் சிரமமான வேலையில்லை. அறிந்து பார்த்தால் தெரிந்துவிடும். ஒரு பழத்துக்குள் இருக்கும் விதைகளை

எண்ணிவிடலாம். ஆனால் எண்ணிப்பார்த்து சொல்லிவிட முடியாதது என்ன தெரியுமா?

ஒரு விதைக்குள் எத்தனை பழங்கள் இருக்கின்றன என்பதைத்தான்! உண்மைதானே! ஒரு பழத்துக்குள் 12 விதைகள். அந்தப் பன்னிரண்டு விதைகள் ஒவ்வொன்றுக்குள்ளும் ஒரு மரம் அல்லவா இருக்கிறது! அந்த ஒரு மரம் எத்தனை ஆண்டுகள் எத்தனை பழங்கள் காய்க்கும்! அந்தப் பழங்களுக்குள் இருக்கும் விதைகள் ஒவ்வொன்றும் மரமானால் எவ்வளவு பழங்கள்... அவற்றில் இருந்து எவ்வளவு மரங்கள்!

ஆக, ஒரு விதை என்பது ஒரு தோப்பையே உருவக்கவல்ல சக்தி படைத்தது!

நாம் இன்றிருக்கும் நிலை ஒரு விதை போன்றது. சிறிய விதை என்று எவரும் நம்மை இளக்காரமாக ஏளனமாகப் பார்க்கலாம். ஆனால் நாம் ஒரு விதை.

இந்தியாவின் முதல் குடிமகன் அப்துல்கலாம், நோபல் பரிசு பெற்ற பௌதிக விஞ்ஞானி சந்திரசேகர் போன்ற எவ்வளவோ சாதனையாளர்கள் தொடக்கத்திலேயே சாதனையாளர்களாகத் தெரிந்தார்களா? ஏதோ ஒரு பள்ளியில், கல்லூரியில் ஆயிரத்தில் லட்சத்தில் ஒரு மாணவராக ஏதோ ஒரு பெஞ்சில் அடையாளம் இல்லாமல் உட்கார்ந்திருந்தவர்கள் தானே!

இன்று இருக்கும் நிலை அல்ல. நாம் வருங்காலத்தில் என்ன செய்ய வேண்டும் என்று நினைக்கிறோமோ அதுதான் தீர்மானிக்கிறது.

சாதாரணமானவர்கள் என்று எவருமே கிடையாது. எல்லோரிடமும் விதைக்குள் இருக்கிற வீரியம் இருக்கிறது. பயன்படுத்தினால் போதும். பீறிட்டு எழும், வற்றாது பெருகும். பொங்கும். பூக்கும், விளைந்துகொட்டும்.

கேட்கவேண்டிய வேலை மட்டுமே நமது. யாரிடம் கேட்பது?

நம்மிடமேதான், சாதித்தவர்கள் கேட்டதெல்லாம் மற்றவர்களை அல்ல. அவர்களிடமேதான். 'மற்றவர்களால் முடிவது உன்னால் முடியாதா? செய்தால் என்ன?'

4. குவிக்கப்பட்ட ஆற்றல்

நடிகை ஒருவரிடம் நடிகர் விஜயுடன் நடித்த அனுபவம் பற்றிக் கேட்கிறார்கள். அவர் சொல்லுகிறார், 'நாங்கள் இருவரும் ஆடவேண்டிய டான்ஸ் அது. டான்ஸ் மாஸ்டர் செய்ய வேண்டிய அசைவுகளை

விளக்கினார். நான் கவனமாக கேட்டுக்கொண்டேன். சந்தேகங்கள் கேட்டேன். விஜய்க்கும் சொன்னார்கள். அவர் அமைதியாக கேட்டுக்கொண்டார்.' மெல்ல தலை ஆட்டிக்கொண்டதுடன் சரி. பாட்டைப் போட்டார்கள். ஆட ஆரம்பிக்க வேண்டும். ஸ்டார்ட் கேமரா, ஆக்ஷன் என்றதும், அவர் ஆரம்பித்த வேகத்தையும் செய்த அசைவுகளையும் பார்த்து நான் அசந்துபோய் அப்படியே சற்று நேரம் நின்றுவிட்டேன். அவ்வளவு நேரமும் அத்தனை அமைதியாக இருந்தவரா இவர்! எங்கிருந்து வந்தது அவ்வளவு எனர்ஜி என்று வியந்துபோனேன்.

தேவைப்படுகிற நேரம் மிக அதிகமான அளவு கொடுப்பது எப்படி சாத்தியம்?

மற்றவற்றில் தேவையான அளவு மட்டுமே செலவு செய்து ஆற்றலை சேமிப்பது. முக்கியமானவற்றில் இருப்பதை ஒருமுகப்படுத்தி பிரமாதமாக வெளிப்படுத்துவது.

'குவிக்கப்பட்ட கவனமே ஆற்றல். அதுதான் வெற்றிக்கும் தோல்விக்கும் இடையேயான வேறுபாடு', என்கிறார் ஐன்ஸ்டீன்.

எல்லோரிடமும் ஆற்றல் இருக்கிறது. ஆற்றல் இல்லாதவர்களே இல்லை. அதை அவர்கள் எங்கெல்லாம் செலவு செய்கிறார்கள் என்பதில் இருக்கிறது சூட்சுமம். வெற்றியாளர்கள் முக்கியமானவற்றில் கூடுதல் கவனம் செலுத்துகிறார்கள், சக்தியை செலவிடுகிறார்கள்.

5. அதிர்ஷ்டமல்ல, பயிற்சி.

சச்சின் டெண்டுல்கர் கிரிக்கெட் விளையாட்டில் சாதித்திருப்பது வேறு எந்த வீரரும் செய்யாதது. 100 சதங்கள். 10 ஆயிரத்துக்கும் மேலான ஓட்டங்கள். பல்வேறு உலக சாதனைகள். அவரைப் புகழாத அங்கீகரிக்காத நம்நாட்டு வீரர்கள் மட்டுமல்ல, வெளிநாட்டு வீரர்களும் இல்லை. டாட் பிராட்மென், விவ் ரிச்சர்ட்ஸ், இம்ரான்கான், பிரை லாரா, டென்னிஸ் லில்லி என்று உலகின் மிகச் சிறந்த கிரிக்கெட் வீரர்கள் எல்லாம் புகழ்கிற, பாராட்டுகிற வீரர் சச்சின்.

அப்பேற்பட்ட சச்சின், கிரிக்கெட் பந்தயங்களுக்கு முன்பாக மற்ற வீரர்கள் வலைப் பயிற்சியில் ஈடுபடும்போது என்ன செய்வார்? 'நீங்கள் எல்லாம் பயிற்சி செய்யுங்கள். நான் சச்சின். நேராக ஆடும் நேரம் மைதானத்துக்கு வந்துவிடுகிறேன்' என்றா சொல்வார்? சச்சினாகவே இருந்தாலும் அப்படிச் சொல்ல முடியுமா? அப்படிச் சொன்னால் அவரால் 'சச்சின்' ஆக தொடர்ந்து இருக்க முடியுமா?

சச்சினே ஆனாலும் பயிற்சி வேண்டும். அதிர்ஷ்டமல்ல.

23

அறிவை மறைக்கும் உணர்வு

நான்காண்டுகளுக்கு ஒருமுறை நடக்கும் உலகக் கோப்பை கால்பந்தாட்டப் போட்டி, கால் இறுதி, அரை இறுதி எனத் தொடர்ந்து சிறப்பாக விளையாடி, முன்னேறி பிரான்ஸ் அணியும் இத்தாலி அணியும் இறுதிப்போட்டிக்கு வந்துவிட்டன.

வெற்றிக்கனியை எந்த அணி பறிக்கும்? கோடிக்கணக்கான ரசிகர்கள் ஆவலுடன் பார்த்துக் கொண்டிருந்தார்கள். எக்ஸ்ட்ரா டைம் கொடுக்கப்பட்டபோது இரண்டு அணிகளும் தலா ஒரு கோல் போட்டிருந்தன. நிலை சமன். கடைசி 15 நிமிடங்கள் தான். எந்த கணம், என்ன நடக்குமோ என்கிற 'திக் திக்' அந்த ஆட்டம் முடிவதற்கு இன்னும் 5 நிமிடங்களே இருக்கும்போது ஒரு நிகழ்வு. அந்த நிகழ்வுதான் இத்தாலிக்கு வெற்றி பெற்றுத் தந்தது. அது என்ன நிகழ்வு எனப் பலருக்கும் தெரியும். சரித்திரத்தில் இடம்பிடித்துவிட்ட அந்த நிகழ்வுக்கு வருவதற்கு முன் ஆட்டம் முடிந்ததைப் பற்றி பார்த்துவிடலாம்.

இத்தாலி தனக்குக் கிடைத்த ஐந்து பெனால்ட்டி ஷூட் வாய்ப்புகளில் ஒன்றைக் கூடத் தவற விடாமல், சரியாக ஷூட் செய்து ஐந்து கோல் போட்டது. ஆனால், பிரான்ஸ் அணி வீரர்களால், மூன்று கோல்தான் போட முடிந்தது. அவர்களால் போட முடியாததற்கு காரணம், அவர்கள் அணியில், பெனால்ட்டி ஷூட்டின் போது, அணித்தலைவர் ஜிடேன் இல்லை. கடைசி ஐந்து நிமிடம் இருக்கும்பொழுது, அவர் ஆட்டக்களத்தில் இருந்து, சிவப்பு அட்டை காட்டப்பட்டு வெளியேற்றப்பட்டிருந்தார். அப்படி அவர் வெளியேற்றப்பட்டதும், பிரான்ஸ் அணி சோர்ந்து போய், மீதமிருந்த ஐந்து நிமிட எக்ஸ்டிரா

டைமில் மிகச் சிறப்பாக விளையாடவில்லை. அதைவிட முக்கியமாக பெனால்டி ஷூட்டில் ஐந்துக்கு ஐந்து என்று இத்தாலிபோல, பிரான்ஸினால் 'ஸ்கோர்' செய்யவும் முடியவில்லை. முடிவு? பிரான்ஸ் தோற்றுப் போய்விட்டது.

ஆமாம், ஜிடேன் ஏன் வெளியேற்றப்பட்டார்? எதிரணி இத்தாலிய வீரர் மார்கோ மெட்ராஸி என்பவரின் மார்பில் தன் தலையால் வேகமாக முட்டி, அவரைக் கீழே சாய்த்துவிட்டார் ஜிடேன். அதன் காரணமாக நடுவரால் வெளியேற்றப்பட்டார்.

கால்பந்தே ஒரு தள்ளுமுள்ளு விளையாட்டு, ஒரு வீரரை மற்றொரு வீரர் தள்ளுவது, தடுமாறி விழ வைப்பது என்பதெல்லாம் கால்பந்து விளையாட்டில் சர்வ சாதாரணம். ஆனால் இது அதையெல்லாம்விட மிக அதிகம். நேரிடையான தாக்குதல். முட்டல், ஜிடேன் ஒரு நட்சத்திர வீரர், அணித் தலைவரும்கூட, அவரா இப்படிச் செய்தார்? ஏன் இப்படிச் செய்தார்?

ஏதோ நடந்திருக்கிறது. மெட்ராஸி அவமானப்படுத்தும் விதமாகப் பேசினார். அதனால்தான் அப்படி நடந்து கொண்டேன் என்று போட்டி முடிந்த பிறகு ஜிடேன் சொன்னார். உண்மைதான், மெட்ராஸி அப்படிப் பேசியிருக்கக் கூடாது. அவமானப்படுத்தும், கேவலப்படுத்தும் வார்த்தைகள், தவறுதான். அப்படியெல்லாம் பேசினால் கோபம் வரத்தான் செய்யும்.

சரி, நடந்த நிகழ்ச்சியை ஆராயலாம். செயல்பாடுகளும் விளைவுகளும் என்ற சாளரம் மூலம் பார்க்கலாம். ஒரு சாதாரணச் செயல் எப்படி அது நிகழும் இடம், சமயம், நிகழ்த்தும் நபர் காரணமாக அசாதாரணமான விளைவுகளை ஏற்படுத்துகிறது?

நிகழ்ந்தது? ஒரு முட்டல். முட்டியது? ஒரு விளையாட்டு வீரர்.

அவர் யார்? ஒரு அணியின் தலைவர். எங்கே முட்டினார்? கால்பந்தாட்டத்தில். எப்பொழுது? இறுதிப்பந்தயத்தில்.

அது என்ன பந்தயம்? உலகக் கோப்பை கால்பந்தாட்ட இறுதிப்போட்டி. விளைவு? தோல்வி தோற்றது? அவர், அவருடைய அணி, அவருடைய தேசமே! பறிபோனது உலகக் கோப்பை. அடுத்த முறை முயன்று ஜெயிக்கலாம்தான். ஆனால் 2006 திரும்ப வருமா?

எல்லாவற்றுக்கும் காரணம் அந்த முட்டல். அப்படி ஓர் அவமானப் படுத்தும் சொல்லைக் கேட்டதும், இவ்வளவு வினாவுகளை ஏற்படுத்திய அந்த ஒரு செயலைச் செய்யமல், ஜிடேன் வேறு என்னவெல்லாம் செய்திருக்கலாம்? போடா போ... என்று

உதறிவிட்டுப் போயிருக்கலாம், அல்லது பதிலுக்குத் திட்டியிருக் கலாம். அல்லது வெளியில் வா பார்த்துக் கொள்கிறேன் என்று கருவியிருக்கலாம். பின்னால் வெளியில் வந்து, புகார் கொடுத்து அல்லது வேறுவிதமாக அதை நேர் செய்யப் பார்த்திருக்கலாம்.

ஆனால் அவர் செய்தது, அங்கேயே ஒரு தாக்குதல், பின்னால் அதற்காக அவர், மனம் வருந்தியிருக்கிறார். தன் ரசிகர்களிடமும் சிறுவர், சிறுமியரிடமும் பகிரங்கமாக மன்னிப்புக் கேட்டிருக்கிறார்.

அப்படி என்னதான் அவருக்கு நிகழ்ந்தது? அவர் தன்னிலை இழந்தார். அதனால்தான் என்ன செய்கிறோம்? எங்கே செய்கிறோம்? அதனால் வரும் விளைவுகள் பாதிப்புகள் என்ன என்பதையெல்லாம் ஒரு கணம் மறந்தவராக, எதையோ செய்துவிட்டார். முன்பு மைக் டைசன், குத்துச் சண்டைப் போட்டியில், எதிர் போட்டியாளரான ஹோலிபீல்டின் காதினைக் கடித்து, தண்டனை பெற்றாரே அதே போல!

இதனை எமோஷனல் இன்டலிஜென்ஸ் (Emotional Intellingnce) ல், எமோஷனல் ஹைஜாக் என்கிறார்கள். அறிவின் பிடியில் இருந்து உணர்வுகள் நம்மைக் கடத்திக்கொண்டு போய்விடும். நடப்பது எதுவுமே அறிவுக்குத் தெரியாது. உணர்வின் முழு ஆட்டம். அறிவின் பிரக்ஞை அனுமதி இன்றியே எல்லாம் நடந்து முடிந்துவிடும். கண்ணிமைக்கும் நேரத்தில்!

ஜிடேன் முட்டினார். டைசன் கடித்தார். பிரவீண் மகாஜனைச் சொந்த அண்ணனே கட்டுக் கொன்றார். இவர்கள் மட்டுமா? எல்லா இடங்களிலும் இப்படி நடக்கிறது. பிள்ளைகளையே சுவரில் அடித்துக் கொல்லுபவர்கள், மேலதிகாரிகளிடம், சக ஊழியர்களிடம் வன்முறை காட்டுபவர்கள். இப்படி எல்லாத் தரப்பிலும் உண்டு.

உணர்ச்சி மேலீட்டால் இடம், பொருள், ஏவல் தெரியாமல் கத்துவது, தூக்கி எறிவது செய்வது, உறவு, நட்பு, பணம், வாய்ப்பு, வியாபாரம், வாழ்க்கை, சுதந்திரம், புகழ் என்பது போன்ற எத்தனையோ இழக்கக் கூடாதனவற்றையெல்லாம் இழப்பது. அதன்பின், சில வினாடிகளி லேயே, சுய நினைவு வந்து, நடந்ததை எண்ணி, வாழநாள் எல்லாம் வருந்துவது.

ஜிடேன் திறமைசாலியா? நிச்சயமாக. ஆனால் அவரை வெற்றியாளர் என்று சொல்ல முடியுமா? இந்த நிகழ்ச்சிக்குப் பின் சிரமம். காரணம் அவர் தனது உணர்வுகளைச் சரியாகக் கையாளவில்லை. கோட்டை விட்டுவிட்டார். இவர் மட்டுமில்லை. கோட்டை விட்டுவிட்டார். இவர் மட்டுமில்லை. இன்னும் எத்தனையோ புத்திசாலிகள், அறிவு

ஜீவிகள், திறமைசாலிகள் இருக்கிறார்கள். ஆனால் அவர்களுக்கு எதிரி, அவர்களுடைய கட்டுப்படுத்த முடியாத உணர்ச்சிப் பீறிடல் தான்.

ஐ.கியூ எனப்படும் அறிவுஜீவித்தனம் மட்டுமே வாழ்க்கையில் வெற்றி பெறப்போதாது என்கின்றன ஆராய்ச்சிகள். கூடவே ஒருவர் தன் உணர்வுகளை நிர்வகிப்பதிலும் (Salf Regulation) பிறருடைய உணர்வுகளைப் புரிந்து நடப்பதிலும் புத்திசாலியாக இருக்க வேண்டும்.

எல்லோருக்கும் உணர்வுகள் உண்டு. முக்கியமாக அச்சுறுத்தலான நடவடிக்கைகள், உதாசீனப்படுத்தப்படுகிறோம் என்கிற எண்ணம், ஏமாற்றம் போன்றவைதான் இப்படிப்பட்ட திடீர் அதிரடிச் செயல் களுக்குக் காரணம் என்கிறார்கள்.

செய்ய வேண்டும் என்ற திட்டமெல்லாம் கிடையாது. ஒரு 'குபுக்' எதிர்பாராமல் 'டப்பென நடந்து முடிந்தே விடுகிறது. அந்த ஒரு வினாடிக்கும் குறைவான நேரத்தில் சட்டென நடந்துவிடுவது. கோபம் உச்சிக்கு ஏறுவது என்பார்களே அப்படி இப்படி தனக்கு வரக்கூடிய உணர்வுகள் பற்றி அறிந்திருப்பதும், அப்படிப்பட்ட உணர்வுகளைத் தன்னிடம் தூண்டும் நபர்கள், உரையாடல்கள், சம்பவங்கள் எவை என்பது பற்றித் தெரிந்து வைத்திருப்பதும். அதன் பின் அப்படி நடைபெறும் பொழுதெல்லாம் அந்த உணர்வில் இருந்து வலுக்கட்டாயமாக முயன்று வெளியே வரப் பயிலுவதும் வெற்றி பெற்றுத் தரும்.

எண்ணங்களே செயல்களாகின்றன என்கிறார்கள். எந்தத் தாவரத்தின் விதை பூமியில் விழுகிறதோ, அந்தத் தாவரம் முளைத்து மரமாகிறது. மனத்தில் விழும் எண்ணங்களும் அப்படியே! பிரச்னை தரும் எண்ணங்களை ஆரம்பத்திலேயே இனம் கண்டு வெளியேற்றுவது இதில் உதவும்.

24

விருப்பு வெறுப்பின்றி...

நண்பரின் அலுவலகம், பேசிக்கொண்டிருந்தோம். அப்போது நாங்கள் இருந்த அறைக்குள் ஓர் ஊழியர் ஏதோ ஒரு கோப்பினை (File) கொண்டு வந்தார். அவரிடம் பேசிய என் நண்பர், அந்த ஊழியர் செய்ய வேண்டிய வேறு சில வேலைகளைப் பற்றிச் சொன்னார். அப்பொழுது மணி மாலை 7.20 அந்த ஊழியரும் வேறு ஏதும் சொல்லமல் 'சரி' என்று தலையாட்டிவிட்டுப் போனார். பார்த்துக் கொண்டிருந்த நான் கேட்டேன். 'இதையெல்லாம் இவரால் இன்றைக்குள் செய்து முடிக்கமுடியுமா? நேரமாகி விட்டதே!'

நண்பர் முகத்தில் பெருமிதம். 'மனுஷன் எத்தனை மணியானாலும் கவலைப்படமாட்டார். குடுத்ததைச் செய்துவிட்டுத்தான் போவார். கணேசனைப் போலப் பார்க்கவே முடியாது. மிகச் சிறந்த ஊழியர்.'

சிறிது நேரம் சிந்தித்தேன். நண்பரைப் பார்த்து மெதுவாகக் கேட்டேன். 'இவர்தான் உங்கள் அலுவலத்திலேயே மிகச் சிறந்த ஊழியரா?' 'ஆமாம் இதிலென்ன சந்தேகம்?' நண்பர் முகத்தில் வியப்பு.

'இவருக்கு கொடுக்கப்படும் வெகுமதிகளில்...' நான் முடிக்கக் கூட இல்லை. அதற்குள் நண்பரே முந்திக் கொண்டு சொன்னார். 'ஆமாம், இந்த வருடம் அதிகபட்ச 'இன்கிரி மென்ட்' பெற்றவர் கணேசன் தான்; 17%.'

நண்பர் தன் மேசை டிராயர்களைப் பூட்டினார். சாப்பாட்டுப் பையினை எடுத்துக் கொண்டார். நண்பரின் தனி அறையை விட்டு வெளியே வந்தோம்.

அலுவலக ஹால் காலியாக இருந்தது. கணேசன் மட்டும் தன் இடத்தில் அமர்ந்து கம்ப்யூட்டரில் ஏதோ வேலை செய்து கொண்டிருந்தார். 'அவரைப் பாருங்க, எப்படி இன்னமும் உட்கார்ந்து வேலை செய்யுறார்ன்னு. எல்லாரும் போயாச்சு மணி ஏழரை நான் 'டைம்' எல்லாம் பார்க்கிறவனல்ல. என்னை மாதிரியே தான் கணேசனும்.'

அலுவலகக் கட்டடத்தினை விட்டு வெளியே வந்தோம். பேச்சுத் தொடர்ந்தது. 'மீண்டும் கேட்கிறேன் என்று தப்பாக நினைத்துக் கொள்ள வேண்டாம். உங்கள் அலுவலகத்திலேயே மிகவும் திறமை யானவர் கணேசன்தானா?' நண்பரிடமிருந்து எனக்கு உடனடியாக பதில் வரவில்லை. யோசித்தபடியே நடந்தார். 'திறமையின்னா?'

'திறமையினா. புத்திசாலித்தனம்.'

சிறிது நேர யோசனைக்குப் பிறகு 'இல்லை அப்படிச் சொல்ல முடியாது. திறமை என்று பார்த்தால், இவரைவிட மேலானவர்கள் நான்கு. ஐந்து நபர்கள் இருக்கிறார்கள்தான்.'

தொடர்ந்து எனது அடுத்த கேள்வியையும் கேட்டேன். 'உங்கள் அலுவலகத்திலேயே அதிக 'இனிஷியேட்டிவ்' எடுத்துகொள்பவர் (எவரும் சொல்லாமல் தானே எடுத்துப்போட்டுச் செய்பவர்) கணேசன் தானா?'

நண்பர் மீண்டும் கொஞ்சம் யோசித்தார். 'அப்படிச் சொல்ல முடியாது. கணேசன் சொன்னதைத் தட்டாமல் செய்வார்தான். ஆனால் அவருக்கு எதையும் சொல்ல வேண்டும். அவராகச் செய்ததாகத் தெரியவில்லை.'

அடுத்து, 'முடிவுகள் எடுப்பது, 'புதுமையாகச் சிந்தித்துச் செய்வது' போன்றவற்றிலும் கணேசனைக் காட்டிலும், திறமையுடையவர்கள் அதே அலுவலகத்தில் இருக்கிறார்கள் என்பதை நண்பர் பதில்களாகத் தந்தார். நண்பர் கிளம்பிபோய்விட்டார். அந்த யோசனை போகவில்லை.'

போற்றத்தக்க, தேவையான எத்தனையோ குணாதிசயங்கள் கணேசன் என்ற அந்த ஊழியரிடம் இல்லாவிட்டாலும், எதைச் சொன்னாலும் நேரம் பார்க்காமல் செய்வார் என்ற ஒன்றை மட்டும் வைத்து கணேசன் தான் மிகச் சிறந்த ஊழியர். மிக அதிகமான உயர்வு (Increment) பெறத் தகுதியானவர் என்று முடிவு செய்திருக்கிறார் என் நண்பர். ஏன் அப்படிச் செய்தார்? அந்த ஊழியர் தன்னைப் போல (Like me) என்ற எண்ணம் நண்பருக்கு வந்திருக்கிறது. அதனால் வந்த தாக்கம்.

'பிகேவியரல் சயின்ட்டிஸ்ட்கள், இதனை ஹாலோ எபெக்ட்' (Halo Effect) என்றழைக்கிறார்கள். தான் முக்கியம் என்று நினைப்பதைக் கொண்டிருப்பவரே, 'சிறந்தவர்' என்று நினைப்பது.

இன்னும் சிலர் இருக்கிறார்கள். இவர்களுக்குச் சரியில்லை என்று படுவதைச் செய்பவர்கள் எல்லாம் சரியில்லாதவர்கள் என்று நினைப்பவர்கள். ஒருவர் விடிகாலையில் எழுந்து விடுபவராக இருப்பார். அவரால், காலையில் தாமதமாக எழுபவர்களை, ஒப்புக் கொள்ளவே முடியாது. இந்த ஒரே காரணத்தினால் அப்படி தாமதித்து எழுபவரிடம் இருக்கக்கூடிய மற்ற நல்ல குணங்கள், திறமைகளையும் கூட ஒப்புக்கொள்ள மாட்டார். 'எல்லாம் சரிப்பா, ஆனா அவன் சோம்பேறி, காலையில ஏழு மணி வரைக்கும் இழுத்துப் போர்த்திக்கிட்டுத் தூங்குறவன்' என்று ஒரேயடியாக ஒதுக்கிவிடுவார்.

இதே போல சுத்தம், சுறுசுறுப்பு, பேச்சுத்திறமை, நேர ஒழுங்கு என்று ஒருவர் முக்கியம் என்று நினைப்பதில் குறையுடையவர்கள் மற்றவற்றிலும் கூட அப்படியே தான் இருக்க வேண்டுமேன்ற கட்டாயம் இல்லை. ஆனால் அப்படி நினைத்துக் கொள்கிறவர்கள் உண்டு. இதுவும் கூட 'ஹாலோ எபெக்ட்டினால் தான்.'

நல்லதோ கெட்டதோ, ஏதோ ஒன்றுக்கு முக்கியத்துவம், அதிக முக்கியத்துவம், மற்றது எதுவுமே கண்ணுக்குத் தெரியாத அளவுக்கு, ஒரு குறிப்பிட்ட விஷயத்துக்கே எல்லா முக்கியத்துவமும்! இது சரியா? தவறா? நிச்சயமாகத் தவறுதான். தனக்கு முக்கியம் என்று படும் குணத்தினைக் கொண்டவரைக் கொண்டாட, அதனால் ஏனைய சிறந்த குணங்களைப் பெற்றவர்கள் சரியாக மதிக்கப்படாமல் போய்விடுகிறார்கள். அதே போல தனக்குச் சரியில்லை என்று படும் ஒரு குணத்தினைக் கொண்டவரை மொத்தமாக உதாசீனப் படுத்துதலும் அவரைச் சரியாக நடத்துவதாகாது. இப்படிப்பட்ட 'ஹாலோ எபெக்ட்டால்' பாதிக்கப்படுபவர்கள் வருத்தப்படுவார்கள்.

தொழிற்சாலைகளில், தரக்கட்டுப்பாட்டுத் துறைகள் என்று ஒன்று உண்டு (Quality Control dept.) அங்கு அந்தத் தொழிற்சாலையில் தயாரிக்கப்பட்ட பொருள்களின் தரத்தினைச் சோதிக்க, பல்வேறு முறைகள் வைத்திருக்கிறார்கள். அவற்றில் ஒன்று "Go - No go' எனப்படும் முறை. அதனை தமிழில் 'அனுப்பலாம். அனுப்பக் கூடாது' என்ற முறை எனலாம். வெட்டு ஒன்று துண்டு இரண்டு என்பதுபோல, தயாரிக்கப்பட்ட பொருளைச் சந்தைக்கு அனுப்புவதற்கு முன்னர் சோதிப்பார்கள். சோதனையின் முடிவில் ஒவ்வொரு பொருளும், சந்தைக்கு அனுப்பத் தகுதியானது அல்லது தகுதியற்றது என்று வகைப்படுத்தப்படும். அவற்றில், இந்த இரண்டுக்கும் இடைப்பட்ட நிலை என்பதே இருக்காது. உதாரணத்துக்கு, மின்சார பல்புகள் தயாரிக்கும் ஒரு நிறுவனம், அது தயாரித்தவற்றை, சோதனை செய்கிறபொழுது தேவையான அளவு ஒளிரும் பல்புகள்

(சந்தைக்கு அனுப்பக்கூடியவை) அல்லது சரியாய் ஒளிராத பல்புகள் (தூக்கி எறிய வேண்டியவை) என்று இரண்டே வகையாகத்தான் பிரிப்பார்கள்.

இவற்றுக்கு இப்படி முடிவு செய்வது சரிதான். ஆனால் மனிதர்களையும் இப்படி ஒட்டுமொத்தமாக 'சரியானவர்கள்' அல்லது 'சரியில்லாதவர்கள்' என்று முடிவு செய்துவிட முடியுமா என்ன? அதுவும் ஒரே குணாதிசயம் அல்லது பண்பினை மட்டும் வைத்து!

ஏதோ ஒரே ஒரு குணத்தினை வைத்து, எவரையும் மொத்தமாக முடிவு செய்துவிட முடியாது, கூடாது. முழுக்க முழுக்க கருப்பு அல்லது சுத்த வெள்ளை என்பது தவிர இரண்டிற்கும் இடைப்பட்ட சாம்பல் நிறமும் உண்டு. அவற்றுக்கும் உரிய மதிப்பு தரத்தான் வேண்டும்.

எவரையும் மதிப்பிடும் பொழுது, சுய விருப்பு வெறுப்பின்றி, முழுமையாக, எல்லாக் கோணங்களில் இருந்தும் பார்க்கவேண்டும். வலுவாய்த் தெரியும் ஒரே ஒரு குணாதிசயத்துக்கு (Dominant Character) மட்டும் முக்கியத்துவம் தரலாகாது. அவரிடம் உள்ள வேறு பல பலங்களையும், பலவீனங்களையும் முயன்று பார்த்து முடிவு செய்ய வேண்டும். இது முடியும்.

25

மனசு செய்யும் மாயம்

கணேசன், அலுவலகத்தில் உடன் பணிபுரிபவர், நல்ல அதிகாரி. வேலையில் மட்டுமில்லை, உடன் பணிபுரியும் அனைவரிடமும் கலகலப்பாகப் பழகுபவர். அப்படிப்பட்டவர் முகத்தில் சில நாட்களாகவே வழக்கமாகத் தென்படும் உற்சாகத்தைக் காணவில்லை. ஏதேனும் பிரச்னையா என்று அவரிடம் விசாரிக்க வேண்டுமென்று நினைத்திருந்தேன்.

அதற்கடுத்த இரண்டு நாளில் அவரே என்னுடன் பேசவேண்டும் என்று வந்தார். வெளியில் ஒரு உணவுவிடுதிக்கு அழைத்துப் போனேன். தேநீர் அருந்திக்கொண்டே பேசினோம்.

அவருடைய அலுவலகத்துக்குப் புதியதாக ஒரு ஆலோசகர் வந்திருக்கிறாராம். அந்த ஆலோசகர் வந்ததிலிருந்து கணேசனுடைய மேலதிகாரி, கணேசன் மீது எரிந்து விழுகிறாராம். முன் போல சகஜமாகப் பேசுவதில்லையாம். நிறைய கெடுபிடிகள் செய்கிறாராம். சொல்லும்போதே கணேசன் குரல் உடைந்தது.

சிறிது நேரம் பேசுவதை குறுக்கிடாமல் கேட்டுக்கொண்டேன். பின்பு அவர் கேட்டார், 'இதற்கு ஏதாவது ஒரு வழி சொல்லுங்கள். என்ன செய்யலாம்?' நான் சிறிது மவுனமாக இருந்த நேரத்தில், அவரே, 'நான் வேலையை ராஜினமா செய்துவிடலாமா?' என்று கேட்டார். நான் அதிர்ந்துபோனேன். பிரச்னை அவரை எவ்வளவு தூரம் பாதித்திருக்கிறது என்று புரிந்தது.

அவரிடம் ஒரு கேள்வி கேட்டேன். 'கணேசன், நீங்கள் சொல்லுவ தெல்லாம் உண்மைதானா?'

அவர் திகைத்துப்போனார்.

அவர் பொய்சொல்லக்கூடியவர் இல்லை என்பது எனக்குத் தெரியும். எனக்குத் தெரியும் என்பதும் அவருக்குத் தெரியும். இருந்தாலும் நான் இப்படிக் கேட்கிறேனே என்று அவர் வியப்படைந்திருக்க வேண்டும்.

அவர், தெரித்து பொய் சொல்லமாட்டார்தான். ஆனால் தெரியாமல் சொல்லலாமே! தெரியாமல் சொல்லுவதென்றால், அவரை அறியாமல்.

ஆம், அவர் இருக்கும் நிலை, அதற்கான காரணங்கள் என்ன என்றெல்லாம் அவர் என்னிடம் விவரித்தார். அதெல்லாம் சரிதான் என்று எப்படி உறுதியாகச் சொல்லமுடியும்?

'எனக்குத் தெரியாதா என் நிலைமை பற்றி. என் மேலதிகாரி எப்படி பட்டவர், அவர் என்னிடம் வழக்கமாக எப்படி நடந்துகொள்வார், இப்போதெல்லாம் எப்படி நடந்துகொள்கிறார் என்பதெல்லாம் எனக்குத் தெரியாதா?' என்றார் பரிதாபமாக.

'கட்டாயம் தெரியும்தான். யார் இல்லை என்றது' என்றேன் யோசனையாக. அப்போது எங்களுக்குப் பின் மேசையில் அமர்ந்து சாப்பிட்டுக்கொண்டிருந்தவர்களில் ஒருவர் சத்தமாகப் பேசுவது காதில் விழுந்தது. திரும்பிப் பார்த்தோம். அந்த நபர் சத்தமாகப் பேசியது, அவருக்கு எதிரில் நின்றுகொண்டிருந்த ஓட்டல் சர்வரிடம். ஒரே ஒரு அடிக்கும் குறைவான இடைவெளியில், எதிரில் மிக அருகில் நிற்கும் ஒருவரிடம் ஏன் இவர் இவ்வளவு சத்தமாகப் பேசுகிறார் என்று ஆச்சரியப்பட்டேன். அவரைக் கூர்ந்து பார்த்ததில் அதற்கான காரணம் புரிந்தது.

கணேசன் பக்கம் திரும்பினேன். 'சத்தமாகப் பேசும் அந்த நபர் ஏன் அப்படிப் பேசுகிறார்?' என்று கேட்டேன். அந்த நேரம், எதற்காக அதைப்போய் கேட்கிறேன் என்று புரியாவிட்டாலும் கணேசன் பதில் சொன்னார்.

'அந்தச் சர்வருக்குக் காது சரியாகக் கேட்காமல் இருக்கலாம்.'

'வாய்ப்பில்லை. அவரிடம் நாமும்தானே ஆர்டர் கொடுத்தோம். அவருக்குக் காது கேட்டதே!'

'வேறு எப்படி?'

'அந்த நபர் காதினைப் பாருங்கள் கணேசன். அவர் என்ன மாட்டியிருக்கிறார்?'

'காதில் வாக்மென் மாட்யிருக்கிறார். பாட்டுக் கேட்கிறாரோ என்னவோ.'

'அதேதான். அவர் பாட்டுக் கேட்கிறார். அவர் காதில் அந்தப் பாட்டுச் சத்தமாகக் கேட்கிறது. அதனால் அவருக்குச் சர்வர் சொல்லுவது சரியாக கேட்கவில்லை.'

'அதனால்?'

'தனக்குச் சரியாக கேட்காததால். மற்றவர்களுக்கும் அப்படித்தானோ என்று நினைத்து அவர் இயல்பைவிட சத்தமாகப் பேசுகிறார். இதனை அவர் இயல்பைவிட சத்தமாகப் பேசுகிறார். இதனை அவர் தெரிந்து, உணர்ந்து செய்யவில்லை. நிலைமையைப் புரிந்துகொண்ட விதம் அவர் மனது சொல்லிக்கொடுத்து இப்படிச் செய்கிறார்.'

சில சமயங்களில் நமது மனது அது புரிந்துகொண்ட விதம் நமக்கு சொல்லிக்கொடுக்கிறது. அது உண்மையாக இருக்க வேண்டும் என்கிற அவசியமில்லை. தவறாகவும் இருக்கலாம்.

நம் காதுக்குள் மட்டுமே வந்து விழுகிற பாடல் இசை ஓசையைப் போல, நம் மனதுக்குள் மட்டுமே வந்து விழுகிற சப்தங்கள் உண்டு, உங்கள் மேலதிகாரி உங்கள் மீது பழைய அளவு பிரியமாக இல்லை என்பது உங்கள் மனது உங்களுக்குச் சொல்லும் தகவல், புதியதாக வந்திருக்கிற அந்த ஆலோசகர் செய்பவை உங்கள் மனதில் (வாக்மென் இசையைப் போல) இரைச்சலை உண்டுபண்ணியுள்ளது. அதன் தாக்கத்தால் நீங்கள் உங்களைச் சற்றியுள்ள அனைத்தையுமே அப்படிப் பார்க்கிறீர்கள்.

அந்த ஆலோசகர், அவர் செய்பவை ஆகியவற்றைப் பற்றி யோசிப்பதை விடுங்கள். அதனையே யோசிப்பதால் உங்கள் மனது குழம்பிப்போய் உள்ளது. அதனால் சாதாரணமாக நடப்பவைகூட உங்களுக்கு எதிராக நடப்பதுபோல உங்களுக்குத் தோன்றுகிறது. அப்படி இருக்க வேண்டும் என்று அவசியம் இல்லை.

உங்கள் மேலதிகாரி பேசுபவற்றை, உங்களிடம் நடந்துகொள்ளும் முறைகளை, எந்தவித முன் அனுமானமும் இல்லாமல் பாருங்கள். அதில் உள்ள Factகளை மட்டும் பாருங்கள். உங்கள் பயத்தில் பெரும்பகுதி உங்கள் மனதே செய்யும் கற்பனை என்பது புரிய வரும்.

சில நாட்களுக்குப் பிறகு கணேசன் வந்தார். 'ஆமாம், உண்மைதான், கவலைப்பட்ட அளவு இல்லை' என்று சிரித்துக்கொண்ட சொன்னார். 'ராஜினாமா கடிதம் என்ன ஆச்சு?' என்றேன். 'அதோ அங்கே' என்றார். அவர் கைகோட்டிய இடத்தில், குப்பைத்தொட்டி இருந்தது.

<h1 style="text-align:center">26</h1>

<h1 style="text-align:center">வல்லமை தாராயோ</h1>

வல்லமை எல்லோருக்கும் வேண்டும். எதற்கு வல்லமை? வெற்றி பெறுவதற்கு வல்லமை. சமீபத்தில் ஸ்லம்டாக் மில்லியனர் என்கிற திரைப்படத்திற்கு இசையமைத்தற்காக, அகீ. ரெக்மான் அவர்களுக்கு உலகளாவிய விருது கிடைத்திருக்கிறது. இது அவருடைய வெற்றி. டாக்டர் அண்ணாதுரை அவர்கள் சந்திராயன் என்கிற விண்கலத்தை ஏவியதன் மூலம் வெற்றி பெற்றிருக்கிறார்.

இவை உதாரணங்கள் தான். வெற்றி என்றால் அது , இவற்றைப்போல, உலக அளவில், திரும்பிப் பார்க்கவைக்கும் அண்ணாந்து பார்க்க வைக்கும் பெரியனவாகத்தான் இருக்க வேண்டுமென்பதில்லை.

நம் அளவில் நாம் செய்துகொண்டிருப்பதில் பெறும் வெற்றிகள் எல்லாம் இதே அளவு முக்கியமானவைதான். படிப்பு, வேலை, சுய முன்னேற்றம், தொழிலில் வெற்றி, விடுதலை, அரசியல் மாற்றங்கள், சமூக மாற்றங்கள், கண்டுபிடிப்புகள் என்று அது எதுவாகவும் இருக்கலாம். அப்படிபட்ட நம் தேவைகளை நான்கு பகுதிகளாக பிரிக்கலாம்.

(1) நம் முன்னேற்றம் (2) பிறர் அல்லது பொது முன்னேற்றம் (3) நம் தற்காப்பு (4) பிறரை காப்பாற்றுவது.

விரும்புவது, வேண்டுவது இவற்றில் எதுவாகவும் இருக்கலாம். அதற்காக நாம் முயற்சித்தால் அது கட்டாயம் கிடைக்கவேண்டும். அதுதான் முயற்சிக்கு கிடைக்கும் மரியாதை.

சிலருக்கு அவர்கள் வேண்டுவது கிடைக்கவில்லை. அதற்கு என்ன காரணம்? நிறைவேறிய நிறைவேறிய ஆசைகளுக்கும் நிலுவையிலேயே இருக்கும் ஆசைகளுக்கும் இடையே இருக்கும் வித்தியாசம், கமிட்மெண்ட் , உறுதிப்பாடுதான்.

விரும்புவதை அடைவதில் தீவிரம் காட்டுபவர்கள் அதனை அடைந்துவிடுகிறார்கள். வெறும் விருப்பம் மட்டுமே உள்ளவர்கள், அது தவிர (சௌகர்யம் பொழுது போக்கு, பாதுகாப்பு போன்ற சில) பிறவற்றிலும் நாட்டம் உள்ளவர்களாக இருப்பதால் அவர்களால், அவர்கள் விரும்புவதை அடையமுடியவில்லை.

எதையுமே விட்டுக்கொடுக்காமல் வேண்டுவதை பெறமுடியாது. எது முக்கியம் என்று தீர்மானிக்க வேண்டும். அப்படி முடிவெடுத்த பிறகு, அதன் பின் 100 சதவிகிதம் போக வேண்டும். வெறும் விருப்பங்கள் போதாது. வேட்கை வேண்டும்.

உறுதி உள்ளவர்கள் வெற்றி பெறுகிறார்கள். அந்த உறுதிதான் வல்லமை. நமக்குள்ளே இருக்கும் வல்லமை. உள்ளத்தில் உறுதி. எது வேண்டும், எது வேண்டாம் என்கிற உறுதி.

நமக்கு தெரியாத நமது வல்லமை

நம் உடம்பின் சில பாகங்களை நம்மால் பார்க்கவே முடியாது. சில பாகங்களை பார்க்கமுடியும் ஆனால் பார்த்ததே இல்லை. நமக்கு தெரியவே தெரியாத நம்முடைய மற்றொரு இடம் எது தெரியுமா? மனம் தான். மனவெளி தான். ஆம். அது ஒரு சாதாரண அளவு இடமல்ல. அது ஒரு பரந்த வெளி. அதில் சிலர் சஞ்சரிக்கிறார்கள். வேறு சிலருக்கு அது அவர்களுடைய இடம் என்றே தெரியாது. அதை பயன்படுத்தாமலேயே விட்டுவிடுகிறார்கள். உயிரை விடும்வரை கூட.

வேலை நடக்கிறது

மனதிற்கு ஓய்வே கிடையாது. எதையாவது சிந்தித்துக்கொண்டே இருக்கிறது. ஒரு நாளைக்கு கிடத்தட்ட 60,000 விதம் விதமான சின்ன சின்ன எண்ணங்கள், ஊதினால் சோப்புக் கரைசலில் இருந்து கிளம்பி காற்றில் அலையும் பறக்கும் முட்டைகள் போல வந்து போகின்றன. நில்லாமல் ஓடும் ஒரு அரவை யந்திரம் போல, நாளெல்லாம் மனது எதை எதையோ அரைத்துத் தள்ளிக்கொண்டே இருக்கிறது.

இதுதான் பிரச்சனை. எல்லாம் அல்ல முக்கியம். சில தான். நாம் வேண்டுகிற சில அல்லது ஒன்றின் மீது மனதை நிறுத்த வேண்டும். நிலை நிறுத்துவது. ஒரு வெல்டர் கை நடுக்கமில்லாமல், வெட்டுகிற

தகடு மீது நெருப்பினை பாய்ச்சுவதுபோல கவனத்தி னை வேண்டும் ஒன்றின் மீதே வைக்க வேண்டும்.

மாடு பிடியில் இளைங்கர்களின் பிடியிலிருந்து விடுவித்துக்கொள்ள திமிறும் காளையாக மனம் துள்ளும், உதறும். விடக்கூடாது. படிப்போ, வேலை அல்லது தொழில் முன்னேற்றமோ அல்லது வேறு எதுவுமோ. நம் பிடி நழுவக்கூடாது. கவனம் மாறவே கூடாது. தவம் போல அதே எண்ணமாக இருப்பவர்கள் வெற்றிபெறாமல் போவதே இல்லை.

ஓரிடத்தில் அமர்ந்துவிடுகிறர்கள். கண்ணை மூடிக்கொள்ளு கிறார்கள். மனதைத் திறக்கிறார்கள். என்னவோ செய்கிறார்கள். மிக வலிமையானவர்களாக எழுகிறார்கள். எப்படி?

வல்லமை என்பது வெளியில் மட்டுமில்லை. அபரிதமாக உள்ளேயே இருகிறது. சிலர் கண்டுபிடிக்கிறார்கள். ஒருதானிய மூட்டைக்குள் ஒரு தோட்டமே இருக்கிறது. நம்மிடம் இல்லாத வல்லமை என்ன? 'ஊனினை உருக்கி, உள் ஒளி பெருக்கி' என்பார் மாணிக்க வாசகர். உள்ளே இருக்கிறது ஒளி.

மனதை பயன்படுத்துவது

இளையராஜாவிற்கும் ஏ.ஆர் ரெக்மானும் மாயமா செய்கிறார்கள்? உள்ளிருந்து பீறிடுகிறது. அவர்கள் அதனை, அந்த கிணற்றினை அகழ்ந்து இருக்கிறார்கள். பூமிக்கு அடியில் தண்ணீர் இருக்கிறது. பெட்ரோல் இருக்கிறது. சரியான இடத்தில் ஆழ்குழாய் கிணறு தோண்டியப்வர்களுக்கு அது பாய்கிறது. எம்.எஸ்.வி பற்றி சொல்லுவர்கள். ஆர்மோனியப்ப பெட்டியில் கை வைத்தால் அது விளையாடும் என்று. இசை என்கிற ஏக்கர் கணக்கில் பரந்து விரிந்து கிடக்கும் அவருடைய மனவெளியில் அவர், கைகள் இரண்டையும் அகல விரித்துக்கொண்டு, ஒரு பறவையைப் போல அப்படியும் இப்படியும் பறக்கிறார். உயர, தாழ என்று பல வித்தைகள் காட்டுகிறார்.

கண்ணதாசன், வாலி, வைரமுத்து போன்றவர்கள் கவிதைகளாக கொட்டுகிறார்கள். அது அவர்களின் கிணறு. இரைக்க இரைக்க வற்றாத கிணறு. எல்லோரிடமும் அப்படிபட்ட வல்லமை இருக்கிறது.

கிராமபோன் தட்டின் மீது வைத்த ஊசி கிளம்பும் ஓசை போல, இசை போல, மனதின் மீது நாம் கண் வைத்தால், சரியாக வைத்தால், அதன் சக்தியை பார்க்கலாம். ஊசியை வைக்காத வரை அதன் மகிமை

தெரியாது. பார்ப்பதற்கு சாதாரண தட்டுபோலத்தான் இருக்கும். உள்ளே எவ்வளவோ இருக்கிறது. கூச்ணீ செய்கிறவர்கள் பெறுகிறார்கள். கொடுக்கிறார்கள்.

உறுதி மட்டுமே வேண்டும். நம்மால் முடியும் என்கிற உறுதி. அதை செய்தே ஆவோம் என்கிற உறுதி. அதற்காக மற்றவற்றை இழக்கும் உறுதி. என்ன விலையானாலும் சரி; எதை இழக்க வேண்டி வந்தாலும் சரி ; எவ்வளவு சிரமப்பட வேண்டி வந்தாலும் சரி ;

இது அஞ்ஞீ ணிண இல்லை. இதுதான். இது மட்டும் தான் என்று நாம் விரும்புவதன் மீது வைக்கும் உறுதி.

வல்லமை நம்மிடமே இருக்கிறது. நம்மிடம் இருப்பதை நாம் எடுத்துக்கொள்ள வேண்டும். இருப்பது தெரிய வேண்டும். வல்லமை வரும். வல்லமை சேரும். மனமே வலிமை. அது நம்மிடமே இருக்கிறது. மனதை அடக்குகிற, விரிக்கிற, ஒடுக்குகிற குவிக்கிற, பழக்குகிற, வல்லமை வேண்டும்.

எச்சரிக்கை : புதிய கவனத்திருப்பிகள்

பொதுத்துறை வங்கி ஒன்றில் பொறுப்பான பதவியில் இருப்பவர் அவர். வங்கிகளுக்கு இடையேயான பண பரிவர்த்தனைகளில் சில அவரது தினசரி வேலைகளில் ஒன்று. அவர் தனது கம்பியூட்டரில் இருக்கும் குறிப்பிட்ட புரோகிராம் மூலம் கோடிக்கணக்கான ரூபாய்களை அனுப்பவேண்டியவர்களுக்கு அனுப்பவேண்டும், பெறவேண்டியவர்களிடம் இருந்து பெறவேண்டும். சரிபார்க்க வேண்டும்.

ஒருநாள் மதியம் அவரது அலுவலகம் அலோகலப்பட்டது. காரணம், ஒரு குறிப்பிட்ட வங்கிக்குப் போகவேண்டிய பணம் வேறு ஒரு வங்கிக்கு தவறாக அனுப்பப்பட்டுவிட்டது. தொகை, பெரிய தொகை.

தவறாக அனுப்பினால் அதோடு போயிற்றா! திரும்பப்பெறமுடியாதா என்ன? என்று கேட்டால், கண்டிப்பாக பெறமுடியும். விவரம் சொல்லிக் கேட்கவேண்டியதுதான். இந்தக் குறிப்பிட்ட பரிவர்த்தனையில் கேட்கக்கூடத் தேவைப்படவில்லை. தவறுதலாக தொகையைப் பெற்ற அந்த மற்றொரு வங்கி கேட்காமலேயே திருப்பி அனுப்பிவிட்டது.

ஆனால், அப்படியே அல்ல. பரிவத்தனைக்காக ஒரு கமிஷனை தான் எடுத்துக்கொண்டு மீதப்பணத்தை திருப்பி அனுப்பியது. அந்த ஹேண்டிலிங் சார்ஜ் சிறிய சதவிகிதம்தான். ஆனால், தனிப்பட பார்த்தால் அந்த பிடிக்கப்பட்ட தொகையே கணிசமான பணம்தான். கிட்டத்தட்ட லட்ச ரூபாய். இதனால் வங்கிக்கு நட்டம்.

தவறான வங்கிக்கு அனுப்பியது ஏன் என்று அவரை அழைத்து மேலதிகாரி கேட்டார். எந்த வங்கிக்கு என்று இருக்கிற அடையாள எண்ணின் கடைசி இரண்டு எண்கள் மாறிவிட்டன என்று விளக்கம் சொல்லிவியிருக்கிறார். டைப் அடிக்கும் போது தவறு என்பதுபோல சொல்லியிருக்கிறார். அவரது மற்ற செயல்பாடுகள் கருதி, 'இனி கவனமாக இருங்கள்' என்று எச்சரிக்கை மட்டும் செய்துவிட்டு அனுப்பியிருக்கிறார்கள்.

மனிதர் அந்தத் தவறுக்காகவும், அப்படி எச்சரிக்கப்பட்டதற்காகவும், வங்கிக்கு தன்னால் ஏற்பட்ட நட்டத்திற்காகவும் மிகவும் மனம் வருந்தினார்.

இப்படியெல்லாம் கவனக்குறைவாக வேலை செய்பவர் அல்ல அவர். ஆனாலும் அவரது வேலையில் இது நடந்திருக்கிறது. காரணம் என்ன?

நம் எல்லோர் வாழ்க்கையிலும் புதிதாய் நுழைந்திருக்கும் ஒரு விந்தைக்கருவிதான் அதற்கு காரணம்.

அதன் பெயர் வாட்ஸ் அப்.

ஊருக்கு நாலு போன் என்ற நிலையில் இருந்து வீட்டிற்கு நாலு (மொபைல்) போன் என்று ஆகி ஆகிறது சில ஆண்டுகள். மொபைல் போனினால் நிச்சயம் ஏகப்பட்ட பலன்கள். எனக்கெதற்கு மொபைல் என்று கேட்டவர்கள் எல்லாம் விடாமல் ரீசார்ஜ் செய்து கொண்டிருக்கிறார்கள். தொடர்பு, தகவல் பரிமாற்றத்தில் மாபெரும் புரட்சியேதான்.

மொபைல் காலூன்றியதும் அடுத்த வடிவமாக வந்தது வாட்ஸ் ஆப். ஆரம்பத்தில் இளைஞர்கள் மட்டும் பயன்படுத்திவந்த இந்த வகை செயலி, வேகமாகப் பரவ ஆரம்பித்து, இப்போது வாட்ஸ் ஆப் இல்லாத போன்கள், பயன்படுத்தாத நபர்கள் குறைவு என்றாகி விட்டது.

மேலே பார்த்த வங்கி ஊழியரை மன உளைச்சலுக்கும், வங்கிக்கு லட்ச ரூபாய் நட்டத்திற்கும் ஆளாக்கியது, இந்த வாட்ஸ் ஆப் தான் என்றால் நம்புவீர்களா?

மறுக்கவே முடியாது. வாட்ஸ் ஆப் பால் எவ்வளவோ நன்மைகள். படங்களும் வீடியோவும் பகிர முடியும். நடப்பவற்றை உடனுக்குடன் பலருக்கும் அனுப்ப முடியும். அந்தப் பலரும் சொடக்குபோடும் நேரத்தில் இன்னும் பலருக்கும் அனுப்பமுடியும். இப்படியாக பலரும் தெரிந்துகொள்ள விரும்புபவனற்றை, வெகு சீக்கிரத்தில

லட்சக்கணக்கானவர்களுக்கு கூட அனுப்ப முடியும். அனுப்பிகிறார்கள்.

ஒலி, ஒளிபரப்புகளிள் நடக்கும் புரட்சி இது. ஆண்டிராய்ட் போன் வைத்திருக்கும் எவரும் எவ்வளவு வேண்டுமானாலும் அனுப்ப, பரப்ப, பெற முடியும். சகலருக்கும் அதிகாரம் அளித்திருக்கும் ஜனநாயக உபகரணம் இது.

ஒரு சமயத்தில் ஒருவர் ஒருவரோடு மட்டும் என்ற நிலையில் இருந்து, நோக்கங்கள், விருப்பங்கள், வேலைகள், உறவுகள், நட்பு ஆகியவற்றின் அடிப்படையில் தனித்தனி 'வாட்ஸ் ஆப் குரூப்' களாக இயங்கும் வாய்ப்பும் வந்தவுடன், நேர்ந்திருப்பது தகவல் பிரளயம்.

விரும்பும் எவராலும் ஒரு தனிப்பட்ட குரூப் தொடங்க முடியும். அனுமதி பெறாமலேயே பலரையும் உறுப்பினாராக்க முடியும். இதனால் ஒருவரே பல வாட்ஸ் அப் குழுக்களில் உறுப்பினர் ஆக்கப்பட்டு, அதில் வரும் தகவல்களை எல்லாம் பார்த்தாக வேண்டிய, ஏதாவது பதில் தெரிவித்தாகவேண்டிய, அவ்வப்போது கழித்தாக வேண்டிய கட்டாயத்திற்கு உள்ளாக்கப்பட்டிருக்கிறோம். அவ்வப்போது வரும் சில நல்ல தகவல்கள், வீடியோக்களுக்காக இவற்றை முழுவதும் தவிர்க்கவும் முடியவில்லை.

நாள் ஒன்றுக்கு நூற்றுக்கணக்கில் பதிவுகள் வரும் குழுக்கள் உண்டு. அப்படி சில குழுக்களில் உறுப்பினர் என்றால், நாள் விடிந்தது முதல் இரவு 11, 12 வரை, தகவல் வரும் டிங், டிங் சப்தம்தான்.

இதற்குப் பழகிப்போய், பலருக்கும் அடிக்கடி போனை எடுத்துப் பார்க்கும் பழக்கம் (நோய்!) வந்துவிட்டது. சாலைகளில் வண்டி சிக்னலில் நிற்கும் சில வினாடிகளுக்குள் சப்தமே வராவிட்டாலும் கூட பலரும் அவர்கள் போனை எடுத்துப் பார்க்கும் அள்விற்குப் போய்விட்டது. மேலே பார்த்த வங்கி ஊழியர் அப்படி 'வாட்ஸ் அப் மேனியா' வில் மாட்டிக்கொண்ட ஒருவர்தான். நொடிக்கொருதரம் எடுத்துப் பார்ப்பார். வேலையில் முழு கவனம் வைக்கமுடிய வில்லை.

'வாட்ஸ் அப்' பார்ப்பது, எதையும் முழுகவனத்துடன் செய்ய விடாத , அடிக்கடி தன்பால் கவனத்தை ஈர்க்கும், தவிர்க்க முடியாத, விஷயமாக உருவாகிவருகிறது. எச்சரிக்கை.

'வேலை நேரங்களில் அதைப் பார்ப்பதே இல்லை', 'நாள் ஒன்றுக்கு இவ்வளவு நேரம்தான்', 'குறிபிட்ட நேரத்தில் (இரவு) மட்டுமே', 'பயனுள்ள குழுக்களில் மட்டுமே' என்பது போல சில சுய

கட்டுப்பாடுகளை வைத்துக்கொள்ளலாம். குறைந்தபட்சம் இன்னும் பணி ஓய்வு பெறாதவர்களாவது.

ரசிகர் மன்றங்கள் தொடங்கி அதில் தலைவர் செயலாளராகி, போஸ்டர் பேன்ர் வைத்து அதில் தன் புகைப்படமும் வரச்செய்து கொள்வது போல, தாங்களே ஒரு வாட்ஸ் ஆப் குருப் தொடங்கி அதில் அட்மின் எனும் சட்டாம்பிள்ளையாகி ஏனையோரைக் கண்காணிக் கலாம், கண்டிக்கலாம்.

எல்லோரும் எழுதும் ஆசை இருக்கிறதோ இல்லையோ, பகிரும் ஆசை இருக்கிறது.